मेहता
पब्लिशिंग
हाऊस



# सचित्र महाभारत

वृषाली पटवर्धन

✆ +91 020-24476924 / 24460313 / Mob. No. 9545000513

**Email :** production@mehtapublishinghouse.com

**Website :** www.mehtapublishinghouse.com



SACHITRA MAHABHARAT by Vrushali Patwardhan

**सचित्र महाभारत / वृषाली पटवर्धन / कुमारसाहित्य**



author@mehtapublishinghouse.com

संस्थापक : सुनील अनिल मेहता

प्रकाशक : मेहता पब्लिशिंग हाऊस प्रा. लि.
१९४१, सदाशिव पेठ, माडीवाले कॉलनी, पुणे – ३०

मुद्रक : श्री मुद्रा

प्रकाशनकाल : डिसेंबर, २०२० / सप्टेंबर, २०२२ /
फेब्रुवारी, २०२४ / मार्च, २०२५ / पुनर्मुद्रण : एप्रिल, २०२६

मुखपृष्ठ व आतील चित्रे : सरदार जाधव

किंमत : ₹ ३९५/-

P Book ISBN : 9789353175207

# अनुक्रमणिका

# 'महाभारत'कार व्यास

फार फार वर्षांपूर्वी 'वेदव्यास' नावाचे एक मोठे ऋषी होऊन गेले. अनेक राजांचे आणि राज्यांचे तसेच त्यांच्यातल्या कितीतरी लढायांचे ते साक्षीदार होते. एके दिवशी त्यांनी एक महाकाव्य लिहायचं ठरवलं. त्यात चांगल्याचा वाइटावर विजय होता; सत्य, न्याय आणि सदाचार यांचं तत्त्वज्ञान प्रतिबिंबित होणार होतं. व्यासांनी या दिव्य काव्यरचनेचं नाव ठरवलं– 'महाभारत!'

'येणाऱ्या सगळ्या पिढ्यांना जीवनाचं तत्त्वज्ञान शिकवणारं हे महाकाव्य जतन करून ठेवायला हवं,' असा विचार व्यासांच्या मनात आला. ते महाभारत लिहायला बसले. त्यांनी लेखणी हातात घेतली–पण, मनातले विचार त्याच गतीनं लेखणीनं कागदावर उतरवणं शक्य नाही, हे त्यांच्या लक्षात आलं. 'अरे! मी विचारांच्या गतीनं लिहू शकत नाही' या विचारानं ते दुःखी झाले. 'याबाबत ब्रह्मदेवांची मदत घ्यावी,'

असं म्हणून त्यांनी तपश्चर्या सुरू केली. त्या साधनेनं ब्रह्मदेव प्रसन्न झाले. 'व्यास, मी तुमच्यावर प्रसन्न आहे' असं म्हणून ते व्यासांसमोर अवतीर्ण झाले. ''व्यास, तुम्ही एका चांगल्या कामाचा संकल्प केला आहे. मी तुमच्यासाठी काय करू?'' ब्रह्मदेवांनी कृपावंत होऊन विचारलं.

''देवा, महाकाव्याची रचना आणि ते लिहून काढणं या दोन्ही गोष्टी एकाच वेळी करणं मला शक्य वाटत नाही; त्यामुळे माझं हे महाकाव्य मी सांगत असताना त्याच वेळी अचूकपणे लिहून घेऊ शकेल, अशी व्यक्ती मला सांगावी.'' व्यासांनी ब्रह्मदेवांना विनंती केली.

''व्यास, तुम्ही श्रीगणेशांची प्रार्थना करावी! गणेश म्हणजे ज्ञानाची देवता!'' ब्रह्मदेव म्हणाले. ''फक्त तेच हे कार्य करू शकतात,'' असं त्यांनी सांगितलं.

व्यासांनी श्रीगणेशाची आराधना केली. श्रीगणेश प्रसन्न झाले आणि म्हणाले,

''ऋषिवर, आपल्याला जे हवं ते मागा.'' ''श्रीगणेशा, आपण माझ्या मनातलं महाकाव्य मी सांगत असतानाच लिहावं, अशी माझी प्रार्थना आहे. मला दुसरं काही नको,'' व्यास म्हणाले. गणेशानं आनंदानं त्यांची विनंती मान्य केली. ते म्हणाले, ''महर्षी, मी तुमच्यासाठी हे करेन; पण माझी एक अट आहे–लिहून घेत असताना माझी लेखणी मध्ये थांबणार नाही. तुम्ही महाकाव्यातील श्लोक –एकापाठोपाठ एक सांगत जायला हवेत.''

आता व्यासमुनी काळजीत पडले. कारण, मनात शब्दांची योजना करताना त्यांना काही अवधी लागणार होता; त्यामुळे त्यांनीही एक अट घातली– 'मी तो श्लोक आधी तुम्हाला ऐकवेन. तो तुम्ही समजून घेऊन मगच लिहायचं.''

दोघांनीही एकमेकांच्या अटी मान्य केल्या आणि अशा रीतीनं महाभारताच्या रचनेचा प्रारंभ झाला. व्यास क्रमाक्रमानं घटना सांगत गेले आणि त्याच वेळी त्यातलं एकही अक्षर न वगळता, श्रीगणेश ते सगळं लिहून घ्यायला लागले. काही श्लोक लिहून झाले की, व्यास अवघड शब्दरचना असलेले मोठे श्लोक सांगत, जेणेकरून गणेशाला त्याचा अर्थ समजून घ्यायला थोडा वेळ लागावा. म्हणजे तेवढ्या वेळात व्यास पुढील श्लोकांची रचना करून ठेवत आणि श्रीगणेशाच्या लेखनात व्यत्यय येणार नाही– त्याला थांबावं लागणार नाही, याची काळजी घेत.

श्रीगणेश एक लिहून घेईपर्यंत ते आणखी पुढचं सांगत. 'आपल्याकडून काही वगळलं तर जाणार नाही ना– काही लिहायचं राहून तर जाणार नाही ना– 'याची गणेशाला धास्ती वाटे; त्यामुळे तो आपल्या सोंडेचे दोन भाग करत असे आणि त्यानं लिहू लागे. मात्र, व्यासांना याची कल्पना नसल्यानं, ते एकामागोमाग एक श्लोक सांगत– डोळे मिटून भक्तिभावानं दंग होऊन सांगत राहत आणि अशा तऱ्हेनं महाभारताची कथा आकाराला येऊ लागली...

# राजा शंतनु आणि गंगा

प्राचीन काळी उत्तर भारतात 'हस्तिनापूर' नावाची फार सुंदर नगरी होती. पवित्र गंगानदीच्या किनारी वसलेली ही नगरी राजा शंतनु याची राजधानी होती. राजा शंतनु हा श्रेष्ठ सूर्यवंशी कुरुकुळाचा वंशज होता.

शंतनुला शिकारीचा छंद होता. त्यासाठी तो नेहमी गंगाकिनारी भटकत असे. असाच एके दिवशी शिकारीच्या शोधात तो गंगाकिनारी भटकत असताना, त्याला एक सुंदर तरुणी दिसली. तिला बघताक्षणीच तो तिच्या प्रेमात पडला. तिच्याजवळ जाऊन तो तिला म्हणाला, ''हे सुंदरी, मी हस्तिनापूरचा राजा शंतनु! तू कोण आहेस आणि इथे काय करते आहेस?'' ती तरुणी म्हणजे साक्षात गंगा होती; पण तिनं आपली खरी ओळख न देता, ती मौन राहिली. शंतनु तिच्या अनुपम सौंदर्यानं एवढा मोहित आणि चकित झाला होता की, त्यानं तिच्या उत्तराची वाटही न बघता तिला विचारलं, ''हे देवी, तू माझ्याशी लग्न करशील?''

''करेन; पण माझ्या काही अटी आहेत,'' गंगा उत्तरली.

''अटी ? त्या कोणत्या ?'' शंतनुनं विचारलं.

गंगा म्हणाली, ''पहिली अट म्हणजे मी कोण आहे, हे तुम्ही मला कधीही विचारायचं नाही. दुसरी अट ही की, मला जे पाहिजे ते तुम्ही करू द्यायला हवं– त्याबद्दल मला काहीही प्रश्न विचारायचे नाहीत किंवा नाराजीही दाखवायची नाही. यांपैकी एक जरी अट तुम्ही पाळली नाहीत, तर मी तुम्हाला कायमचं सोडून जाईन.''

''मला तुझ्या सगळ्या अटी मान्य आहेत. चल, आपण लगेच राजवाड्यात जाऊ–''शंतनु घाईघाईनं म्हणाला. दोघंही राजधानीत आले. लवकरच, एका भव्य-दिव्य सोहळ्यात ते विवाहबद्ध झाले. गंगा अतिशय प्रेमळ आणि लाघवी होती. तिच्या सहवासात शंतनु खूप आनंदात होता.

वर्षभरानंतर गंगेनं एका मुलाला जन्म दिला. शंतनुला आभाळ ठेंगणं झालं; पण गंगेच्या एका चमत्कारिक कृतीमुळे त्याचा आनंद फार काळ टिकू शकला नाही. कारण, त्या रात्री पाळण्यातून बाळाला उचलून, गंगा राजवाड्याबाहेर जाताना त्यानं बघितलं. 'आत्ता एवढ्या रात्री गंगा बाळाला घेऊन कुठे चालली असेल बरं?' त्याच्या मनात विचार आला आणि कुतूहलानं तो तिच्या मागोमाग जायला लागला. गंगा नदीकाठी गेली आणि तिनं बाळाला नदीत फेकून दिलं. हे पाहून शंतनु खचला, दु:खी झाला; पण गंगेला दिलेल्या वचनामुळे तो तिला याबद्दल काहीच विचारू शकला नाही.

असंच अजून एक वर्ष सरलं. गंगा आणि शंतनुला दुसऱ्यांदा पुत्ररत्न झालं. या

वेळीही गंगेनं पुन्हा ते बाळ नदीत फेकलं. शंतनु संतापानं धुमसत होता.

'एखादी आई आपल्या बाळाला फेकून देण्याएवढी क्रूर कशी असू शकते?' त्याच्या मनात हा विचार आला; पण तो बोलू शकला नाही. पुढे प्रत्येक वर्षी असंच घडत गेलं– दरवर्षी गंगेला बाळ व्हायचं आणि ती ते नदीत सोडून यायची. अशी तब्बल सात वर्षं गेली. आठव्या वर्षी गंगेला मुलगा झाला. 'आता मात्र बास झालं. मी तिला या खेपेला बाळाला मारू देणार नाही–'शंतनु मनाशी म्हणाला.

त्या रात्री जेव्हा गंगा बाळाला घेऊन नदीकडे निघाली, तेव्हा शंतनुनं तिचा पाठलाग केला. ती नदीकाठी पोहोचल्याक्षणी शंतनु ओरडला, ''थांब. बाळाला टाकू नकोस. अगं पाषाणहृदयी बाई, तू आहेस तरी कोण?'' गंगेनं मागे वळून पाहिलं आणि ती रडायला लागली, ''अरेरे! महाराज, हे काय केलंत? आता मला तुम्हाला सोडून जावं लागणार!'' ती म्हणाली. ''तुम्ही तुमचं वचन पाळलं असतं तर ही वेळ आली नसती...'' ती स्फुंदत म्हणाली.

''मी काय करू? अगं, तू माझी एक नाही, दोन नाही, सात मुलं मारून टाकलीस– तरीही मी गप्प बसायला हवं होतं? वचन पाळायला हवं होतं?'' शंतनुनं दुःखावेगानं संतापून रडत विचारलं.

गंगेनं मोठा सुस्कारा सोडला आणि म्हणाली, ''महाराज, मी कोण आहे हे सांगायची वेळ आता आली आहे. ऐका. मी गंगा. आणि आपले सगळे पुत्र म्हणजे वसू–पंचमहाभूतांचे देव, स्वामी. त्यांना पृथ्वीवर जन्म घेण्याचा शाप मिळाला होता. त्यांना मी जन्म द्यावा, अशी त्यांनी विनंती केली आणि शापमुक्त होण्यासाठी जन्माला

आल्याबरोबर मारून टाकायलाही सांगितलं. हा आठवा वसू–यानं दीर्घायुषी होऊन पृथ्वीवर आनंदानं राहावं, असं विधिलिखित आहे... पण महाराज, तुम्ही मला दिलेलं वचन मोडलंत, आता मला तुम्हाला सोडून जावं लागणार...''

''गंगा, मी असं करायला नको होतं. माफ कर; पण मला असं एकट्याला सोडून जाऊ नकोस...'' राजाला आपली चूक उमगल्यानं तो रडू लागला; पण आता खूप उशीर झाला होता. गंगेची विनवणी करताना त्याच्या डोळ्यांना अश्रुधारा लागल्या; पण गंगा आपल्या निश्चयावर ठाम होती. ''महाराज, आता मी काहीच करू शकत नाही. माझा नाइलाज आहे,'' ती म्हणाली. ''मी आपल्या पुत्रांना माझ्याबरोबर घेऊन जात आहे; पण योग्य वेळी मी त्यांना तुमच्याकडे परत पाठवेन, असं मी तुम्हाला वचन देते–'' असं म्हणत गंगा मुलासह नदीच्या पात्रात अंतर्धान पावली. दिसेनाशी झाली.

राजा शंतनु जड अंत:करणानं हे बघत होता. आता त्याला जगणं निरर्थक वाटत होतं. दु:खी असूनसुद्धा 'एक राजा' म्हणून तो आपली कर्तव्यं आणि राज्यकारभार करत होता; पण त्याच्या मनाला शांती नव्हती.

अनेक वर्षं उलटली. शंतनु नेहमी नदीकाठी फिरायला जाई. 'फक्त इथेच मला शांत वाटतं. इथेच मी माझ्या प्रिय पत्नीला आणि मुलाला शेवटचं बघितलं होतं.' -तो स्वत:शीच म्हणे.

एके दिवशी असाच तो नदीकाठी फिरत असताना त्याला एक मुलगा दिसला. तो नदीत बाण मारत होता. त्याच्या बाणांनुसार नदीच्या लाटा आपली दिशा बदलत असल्यासारखं दिसत होतं.

त्या मुलाचं धनुर्विद्येतलं कौशल्य पाहून शंतनु राजा चकित झाला. 'बाणानं हा मुलगा लाटा निर्माण करतोय आणि ओसरवतोय' त्याच्या मनात आलं. हे पाहत असताना त्याच्या आश्चर्याला पारावार उरला नाही– कारण, प्रत्यक्ष गंगा त्याच्याशेजारी उभी असलेली त्याला दिसली!

''हा तुमचाच पुत्र आहे महाराज!'' शंतनुकडे हसून बघत गंगा म्हणाली. ''याचं नाव देवव्रत. त्याला सर्व धर्मग्रंथांचं ज्ञान आहे. तो धनुर्विद्येत निपुण आहे आणि राजनीतीतही प्रवीण आहे. योग्य वेळी उत्तम योद्धा, दयाळू आणि विचारी माणूस म्हणून तो पुढे येईल

आणि सर्वजण प्रेमानं त्याचा आदर करतील,'' तिनं सांगितलं.

शंतनुनं देवव्रताला जवळ घेतलं. ''महाराज, मी माझं वचन पाळलं आहे. तुमचा पुत्र तुम्हाला परत दिला आहे. आता मी तुम्हा दोघांचा निरोप घेते.'' असं म्हणून तिनं देवव्रताच्या कपाळाचं चुंबन घेतलं आणि ती अदृश्य झाली. शंतनु देवव्रताला घेऊन राजवाड्यात परतला.

देवव्रत अतिशय नम्र आणि दयाळू होता. त्याच्या खरेपणा, धैर्य आणि सदाचार या गुणांनी प्रत्येकजण प्रभावित होत असे. तो आपल्या वडिलांना दैनंदिन राज्यकारभारातही मदत करत असे. लवकरच, तो आपल्या वडिलांचा 'आँखों का तारा' झाला.

'माझा देवव्रत अत्यंत 'न्यायी, सत्यप्रिय राज्यकर्ता' म्हणून नावारूपाला येईल...' शंतनु नेहमी असा विचार करे.

# अद्भुत शपथ

सगळं काही सुरळीत सुरू असताना, शंतनु एके दिवशी जंगलात शिकारीला गेला आणि त्याला एक सुंदर तरुणी दिसली. तिचं नाव सत्यवती. 'असं अप्रतिम सौंदर्य मी आजपर्यंत बघितलं नव्हतं–' तो स्वत:शीच उद्गारला. तिला बघताक्षणीच तो तिच्या प्रेमात पडला. सत्यवती एका धीवराची–कोळ्याची–मुलगी होती. शंतनुनं तिला विचारलं, ''हे रमणी, माझ्याशी लग्न करशील?'' ''महाराज, तुमची राणी होणं हे माझं भाग्यच आहे; पण आधी आपण माझ्या वडिलांची परवानगी घ्यावी.'' ती म्हणाली.

शंतनु तिच्या वडिलांशी बोलायला गेला. तो अतिशय लोभी माणूस होता. जर सत्यवतीशी शंतनुनं लग्न केलं, तर शंतनुचा मुलगा देवव्रत याच्याऐवजी सत्यवतीच्या मुलालाच शंतनुनं 'राज्याचा वारस' म्हणून राज्य द्यायला हवं, अशी त्याची इच्छा होती. शंतनुनं त्याच्याकडे सत्यवतीला लग्नासाठी मागणी घातली, तेव्हा तो लोभी कोळी म्हणाला, ''मी होकार देईन; पण एका अटीवर–माझी सत्यवती आणि तिचा मुलगाच राज्याचे उत्तराधिकारी असले पाहिजेत.'' हे ऐकून शंतनुला वाईट वाटलं.

'मी माझ्या लाडक्या देवव्रताचा हक्क असा हिरावून घेऊ शकत नाही,' असा विचार करून, त्यानं सत्यवतीशी लग्न करण्याचा विचार मनातून काढून टाकला.

शंतनु माघारी आला खरा; पण तो सत्यवतीला विसरू शकला नाही. तो अस्वस्थ होता. त्याचं उदास असणं त्याच्या बुद्धिमान मुलाच्या–देवव्रताच्या नजरेतून सुटलं नाही. 'बाबा एवढे उदास का असावेत?' याचं त्याला नवल वाटलं. त्याला काही कळेना. त्यानं सगळे मंत्री आणि राजाच्या जवळच्या मित्रांना विचारलं; पण कोणालाच काही माहीत नव्हतं. पुढे एके दिवशी शंतनुच्या सारथ्यानं लोभी कोळी आणि शंतनु यांच्यात काय-काय बोलणं झालं, ते सांगितलं. देवव्रत स्वत: त्या कोळ्याला भेटायला गेला. ''हे धीवरा, माझे वडील-महाराज शंतनु अस्वस्थ आहेत. तुम्ही त्यांचं हास्य हिरावून घेतलं आहे. ते त्यांना परत मिळवून देणं तुमच्याच हातात आहे. तुम्ही तुमच्या कन्येशी–सत्यवतीशी विवाह करायला त्यांना अनुमती द्या. मला तुमची अट मान्य आहे. तुमच्या

कन्येच्याच पुत्राला राजमुकुट मिळेल.''

देवव्रतानं एवढं आश्वासन देऊनही, त्या कोळ्याचं काही समाधान झालं नाही. ''देवव्रत, तू जरी हे मान्य केलंस, तरी तुझी मुलं–मुलांची मुलं तसं करतीलच याची काय शाश्वती?'' त्यानं निर्लज्जपणे विचारलं. ''धीवरा, काळजी करू नका. तुमच्या मनातून ही शंका काढून टाका. राजमुकुटापेक्षा माझ्या वडिलांचा आनंद, त्यांचं सुख माझ्यासाठी जास्त मोठं आणि महत्त्वाचं आहे–'' असं म्हणून देवव्रतानं दिव्य शपथ घेतली– ''मी– गंगा आणि शंतनुपुत्र देवव्रत शपथ घेतो की, मी आजन्म अविवाहित राहीन आणि हस्तिनापूरच्या राज्यावर कधीच अधिकार सांगणार नाही. माझ्या शेवटच्या श्वासापर्यंत मी हस्तिनापूरच्या राजसिंहासनाशी एकनिष्ठ राहीन– भले कोणीही राज्य करो.''

देवव्रताच्या शब्दांचा प्रतिध्वनी आकाशात घुमला. सर्व देव-देवतांनी देवव्रताला आशीर्वाद दिला– ''देवव्रता, आजपासून तू 'भीष्म' या नावानं ओळखला जाशील.'' 'भीष्म' म्हणजे दृढनिश्चयी!

आता त्या कोळ्याचं समाधान झालं. त्यानं सत्यवतीला शंतनुशी लग्न करायला परवानगी दिली. शंतनुला आपल्या मुलाच्या सर्वस्वत्यागाबद्दल कळलं. ''भीष्मा, मी तुला इच्छामरणाचा आशीर्वाद देतो. तुला पाहिजे तेवढी वर्षं तू जगशील–'' शंतनु म्हणाला. अखेर शंतनु आणि सत्यवतीचा विवाहसोहळा पार पडला. शंतनुच्या ओठांवर पुन्हा हसू आलं. सारी प्रजाही पुन्हा आनंदून गेली.

# अंबाची सुडाची शपथ

राणी सत्यवतीला दोन मुलगे होते– चित्रांगद आणि विचित्रवीर्य. बरीच वर्षं गेली. वृद्धापकाळानं राजा शंतनु मरण पावला. चित्रांगद सज्ञान नव्हता; त्यामुळे तोवर भीष्म राज्यकारभार पाहत होता; पण दुर्दैवानं चित्रांगद मारला गेला आणि विचित्रवीर्याला राजमुकुट घालण्यात आला.

विचित्रवीर्याच्या कारकिर्दीत हस्तिनापूरनं खूपच प्रगती केली. त्याच सुमारास काशीच्या राजानं त्याच्या तिन्ही सुंदर कन्यांच्या स्वयंवराची घोषणा केली. त्यांची नावं होती– अंबा, अंबिका आणि अंबालिका. विचित्रवीर्याचंही लग्नाचं वय झालं होतं; त्यामुळे भीष्मानं त्याला घेऊन काशीला स्वयंवराला जायचं ठरवलं. काशीनरेशाच्या विशाल राजवाड्याच्या एका मोठ्या सभागृहात स्वयंवराचा सोहळा होणार होता. त्यासाठी देशोदेशींचे राजे-राजपुत्र तिथे आले होते. भीष्मानं त्या सभागृहात पाऊल टाकताच, सगळ्यांनी त्याची

टर उडवायला सुरुवात केली. ''अरे! हाच ना तो भीष्म– त्यानं म्हणे आजन्म अविवाहित राहण्याची प्रतिज्ञा केलीय! आणि तो इथे स्वयंवरात? छान!''–एक राजपुत्र कुत्सितपणे म्हणाला.

''अरे! खरंच की... हाच तो भीष्म.'' दुसरा म्हणाला. ''हा ब्रह्मचारी इथे स्वयंवरात काय करतोय? त्यानं त्याची प्रतिज्ञा मोडली की काय?'' तिसरा राजपुत्र चेष्टेनं म्हणाला आणि सगळेजण हसायला लागले. ''अहो, या तीन राजकन्यांचं सौंदर्य पाहून त्यानं बहुधा आपली शपथ मागं घेतलेली दिसतेय–'' असले उद्गार भीष्माच्याही कानांवर पडले. तो संतापला आणि म्हणाला, ''राजपुत्र विचित्रवीर्य हा या तीनही राजकन्यांशी विवाह करेल. मी त्यांना घेऊन हस्तिनापूरला जात आहे. ज्यांना हे मान्य नसेल, त्यांनी माझ्याशी लढायला तयार व्हावे,'' भीष्मानं भर सभेत जाहीर केलं.

इतर राजेही चिडले. ते भीष्माच्या विरोधात उभे ठाकले; पण त्यांचा टिकाव लागला नाही. त्या राजांमध्ये अंबेवर मूक प्रेम करणारा राजा शाल्वसुद्धा होता. अखेर, भीष्म तिन्ही राजकन्यांसह हस्तिनापूरला परतला. अंबेचं राजा शाल्ववर प्रेम होतं. ती त्याला विसरू शकत नव्हती. ती भीष्माकडे गेली. ''हे गंगापुत्र न्यायी भीष्मा, राजा शाल्वखेरीज मी दुसऱ्या कोणाचाच विचार करू शकत नाही. मी त्यांना मनाने वरलं आहे. अशा परिस्थितीत जबरदस्तीनं माझा दुसऱ्या कोणाशीतरी विवाह लावून देणं हे योग्य आहे का?'' तिनं भीष्माला विचारलं. भीष्माला आपली चूक उमगली आणि त्यानं तिला शाल्वाकडे पाठवलं.

अंबा शाल्वाकडे गेली; पण त्याला भेटल्यावर ती चकित झाली; कारण तो म्हणाला, ''तुला भीष्मानं जिंकून नेलं होतं. मी तुझा स्वीकार करू शकत नाही. तू त्याच्याकडेच परत जावंसं हे योग्य!'' हे ऐकून अंबा अतिशय अपमानित आणि दुःखी झाली. ती

हस्तिनापुरात परत आली आणि 'आपण माझ्याशी विवाह करा,' अशी भीष्माला तिनं विनंती केली; पण तो आपली प्रतिज्ञा मोडायला तयार नव्हता. त्यानं विचित्रवीर्याला अंबेशी लग्न करायला सांगितलं; पण 'ज्या राजकन्येचं दुसऱ्यावर प्रेम आहे, तिच्याशी मी कसं लग्न करणार?' असं म्हणून विचित्रवीर्यानं नकार दिला. अंबा संतापली. आपलं आयुष्य उद्ध्वस्त केल्याबद्दल तिनं भीष्माला दोष दिला. एवढंच नव्हे, तर या अपमानाचा सूड घ्यायचं ठरवून ती हस्तिनापूर सोडून वनात निघून गेली.

तिथं तिनं भगवान शंकराची उपासना केली आणि आपल्या तपश्चर्येच्या बळावर शंकराला प्रसन्न करून घेतलं. 'अंबा, मी तुझ्यावर प्रसन्न झालो आहे. वर माग.' शंकर म्हणाला. तिनं भीष्माचा वध करण्याची शक्ती मागितली. शंकरानं तिला फुलांची माळ देऊन सांगितलं– 'जो ही माळ परिधान करेल, तो भीष्माचा वध करू शकेल.' अंबा राज्याराज्यांत फिरली– तिथल्या योद्ध्यांना भेटली. भीष्माला आव्हान देण्यासाठी त्यांना म्हणाली, ''हे वीरांनो, तुमच्यापैकी जो ही माळ गळ्यात घालेल–तो वीर भीष्माचा पराभव करू शकेल.'' पण, एकही सर्वोत्तम योद्धासुद्धा त्यासाठी तयार झाला नाही.

अखेर, अंबा द्रुपद राजाच्या पांचाल देशात गेली; पण तिथेही तिला भीष्माला पराभूत करू शकेल, असा एकही वीर पुरुष भेटला नाही. निराश होऊन, अंबेनं द्रुपदाच्या राजवाड्याच्या प्रवेशद्वारात ती पुष्पमाला फेकून दिली आणि ती पुन्हा वनात गेली.

पुन्हा तिनं भगवान शंकराची आराधना सुरू केली. या वेळी प्रसन्न झालेल्या शंकरानं तिला वर दिला– ''अंबा, तू स्वत:च भीष्माचा वध करू शकशील–पण, तुझ्या पुढच्या जन्मात.'' भीष्माचा सूड घ्यायची अंबेची तीव्र इच्छा होती. तिला सूडही लगेच घ्यायचा होता. 'म्हणजे? भीष्माचा सूड घ्यायला पुढचा जन्म घ्यायचा असेल, तर मी आता व्यर्थ का जगत राहू?' तिनं विचार केला आणि त्याप्रमाणे तिनं स्वत:चं जीवन संपवलं!

अंबेनं राजा द्रुपदाच्या मुलीच्या–शिखंडीच्या रूपात पुन्हा जन्म घेतला. एकदा तिनं राजवाड्याच्या दारात फुलांचा तो हार बघितला आणि तिनं तो एकदम गळ्यात घातला. त्यानंतर शिखंडीला देवाचा वर मिळाला आणि शिखंडीचं रूपांतर एका शूर आणि बुद्धिमान पुरुषात झालं. पुढे तो नेहमी पुष्पमाला परिधान करणारा 'अद्‌भुत वीरयोद्धा' म्हणून प्रसिद्ध झाला.

# राजमुकुटाचा वारस

एका भव्य सोहळ्यात विचित्रवीर्याचा अंबिका आणि अंबालिका या दोन बहिणींशी विवाह झाला. दुर्दैवानं, नंतर काहीच दिवसांत एका युद्धात विचित्रवीर्य मारला गेला. त्याच्या दोन्ही विधवा पत्नी दुःखात बुडून गेल्या. आणखी दुर्दैवाची गोष्ट म्हणजे, दोघींच्याही पोटी संतान नव्हतं. हस्तिनापूरच्या राजमुकुटाला वारसच उरला नाही. राणी सत्यवती चिंतेत होती. तिनं भीष्माला बोलावून घेतलं. ''भीष्मा, आता राजगादी अशी बेवारस राहून चालणार नाही. शिवाय, आपला असा निर्वंश होणंही योग्य नाही. तू तुझ्या

भावाच्या दोन्ही पत्नींशी विवाह कर आणि आपल्या वंशाला वारस दे.'' तिनं भीष्माला विनंती केली.

परंतु, भीष्म आपली प्रतिज्ञा मोडून तडजोड करायला तयार नव्हता. ''माते, यावर दुसरा काही मार्ग नाही का?'' त्यानं विचारलं, ''आहे ना–'' निराशेच्या स्वरात सत्यवती म्हणाली, ''आपल्यापुढे आता एकच मार्ग आहे. फार वर्षांपूर्वी माझ्या विवाहाआधी मला पराशर ऋषींपासून व्यास नावाचा पुत्र झाला. तोच या अडचणीतून आपल्याला सोडवू शकतो.'' भीष्मानं संमती दिल्यावर सत्यवतीनं व्यासांना बोलावणं धाडलं. ''ऋषिवर व्यास, हस्तिनापूरला वारस हवा आहे. तुझ्या दैवी शक्तीनं तुझ्या भावाच्या दोन्ही पत्नींना पुत्रांचं दान दे.'' सत्यवतीनं अश्रुपूर्ण नेत्रांनी व्यासांना प्रार्थना केली.

मातेच्या आज्ञेनुसार, महर्षी व्यास अंबिका आणि अंबालिकेला भेटायला गेले. 'महर्षी' म्हणून आत्तापर्यंत आयुष्य घालवलेले व्यास अतिशय अजागळ आणि विद्रूप दिसत होते. त्यांना पाहताक्षणीच अंबिकेनं डोळे मिटून घेतले. व्यासांनी तिला पुत्रदान दिलं; पण दुर्दैवानं तो मुलगा जन्मतःच आंधळा होता. त्याचं नाव ठेवलं–धृतराष्ट्र. नंतर महर्षी व्यास अंबालिकेला भेटले. व्यासांना पाहून अंबालिका घाबरून पांढरीफटक पडली. तिलाही व्यासांनी पुत्रदान दिलं; परंतु तो मुलगा अतिशय अशक्त निपजला. 'पंडू' असं त्याचं नाव ठेवलं. आपली दोन्ही नातवंडं 'सुदृढ आणि सामान्य बाळांसारखी नाहीत' असं पाहून सत्यवती दुःखी झाली.

'अंबालिकेकडे जाऊन तिला पुन्हा पुत्रदान द्यावं' अशी तिनं महर्षी व्यासांना विनंती केली. या वेळी तरी सुदृढ मूल होईल,

अशी तिला आशा होती. अंबालिकेला महर्षी व्यासांचं तोंड पुन्हा पाहण्याची मुळीच इच्छा नव्हती; परंतु राजमाता सत्यवतीच्या हट्टापुढे तिचं काही चाललं नाही; त्यामुळे तिनं तिच्या एका विश्वासू दासीला बोलावलं. तिला स्वत:ची राजवस्त्रं घालायला लावून स्वत:च्या जागी बसवलं. व्यास अंबालिकेच्या महालात आले, तेव्हा तिच्या जागी दुसरी कोणी स्त्री बसली आहे, हे त्यांच्या लक्षात आलं नाही; कारण त्या दासीनं तोंडावर घुंघट घेतला होता. तिलाच 'अंबालिका' समजून व्यासांनी तिला पुत्राशीर्वाद दिला. तिला अतिशय सुंदर मुलगा झाला. त्याचं नाव ठेवलं, 'विदुर.' 'हा मुलगा अतिशय न्यायी, बुद्धिमान आणि प्रामाणिक म्हणून नाव मिळवेल.' असा आशीर्वाद व्यासांनी दिला आणि ते तिथून निघाले.

धृतराष्ट्र, पंडू आणि विदुर– तिघंही एकत्रच वाढले. त्यांना एकमेकांबद्दल अतिशय प्रेम आणि आदर होता. ते मोठे होईपर्यंत, हस्तिनापूरचा कारभार भीष्मानं सांभाळला. धृतराष्ट्र मोठा मुलगा होता; पण तो अंध असल्यानं धाकटा पंडू राज्यकारभार सांभाळण्यायोग्य वयाचा झाल्यावर, त्याला राज्याभिषेक करण्यात आला. अत्यंत चतुर, ज्ञानी विदुराकडे प्रधानमंत्री-पद सोपवण्यात आलं. पंडू आणि विदुराला न्यायदान आणि राज्यकारभारात भीष्म यथोचित मार्गदर्शन करीत असे.

# पंडूला ऋषींचा शाप

'धृतराष्ट्र आणि पंडू आता उत्तम राज्यकारभार करत आहेत, छान स्थिरावले आहेत. त्यांचे विवाह करून द्यायला हवेत–' असा विचार भीष्मांनी केला. राजमाता सत्यवतीनंही त्यांना सहमती दर्शवली; त्यामुळे भीष्मांनी त्या दोघांसाठी सुयोग्य राजकन्यांचा शोध घ्यायला सुरुवात केली.

लवकरच, 'गंधार'–नरेशाची सुंदर कन्या 'गांधारी' हिच्याशी धृतराष्ट्राचा विवाह झाला. आपला पती अंध आहे, हे गांधारीला कळलं. त्या क्षणापासून तिनं आपल्या डोळ्यांवरही पट्टी बांधायला सुरुवात केली. तिनं उसनं अंधत्व लादून घेतलं. 'माझे प्रिय पती हे जग बघू शकत नाहीत, दृष्टीचा आनंद घेऊ शकत नाहीत– माझ्यासाठीही या गोष्टी आता वर्ज्य आहेत' असं तिनं सांगून टाकलं. पंडूला दोन राण्या होत्या. राजा कुंतिभोजाची कन्या कुंती आणि मद्र देशाची रूपमती राजकन्या माद्री. सर्वांचे संसार

सुखाचे होते. राज्यातसुद्धा प्रजा आनंदात होती. हस्तिनापूरची प्रगती होत होती.

पंडू राजाला शिकारीचा छंद होता. तो नेहमी शिकारीसाठी जात असे. असाच एकदा तो शिकारीसाठी दाट जंगलात गेला होता. अचानक, त्याला एका झुडपामागे प्रेमाराधनेत मग्न असलेली हरणांची जोडी दिसली. पंडूनं त्या दोघांपैकी एका हरणाला बाण मारला. बाण लागताक्षणीच ते हरीण माणसाच्या आवाजात दु:खानं ओरडलं, 'आ ऽ ऽ ऽ' आणि त्याचं रूपांतर एका ऋषीत झालं. हे पाहून पंडू आश्चर्यचकित झाला. हरणाची ती जोडी म्हणजे, खरंतर एक ऋषी आणि त्याची पत्नी हे होते. ते त्या वनात या रूपात विश्रांती घेत होते.

पंडूला आपली चूक उमगली. त्या ऋषीचे प्राण वाचवण्यासाठी तो धावत त्याच्यापाशी गेला; पण तोवर उशीर झाला होता. ''राजा, तुझा बाण माझ्या वर्मी लागला आहे. आता मी वाचणार नाही. मी तुझं काय बिघडवलं होतं? मी माझ्या पत्नीबरोबर विहार करत होतो. तू विनाकारण माझा जीव घेतलास...'' असं म्हणून त्या ऋषीनं पंडूला शाप दिला, ''हे राजा, तू तुझ्या राणीला स्पर्श करण्याच्या हेतूनं तिच्याजवळ गेलास, तर त्या क्षणी प्राण गमावशील.'' हे ऐकून पंडू उदास झाला. जड अंत:करणानं, बेचैन मनानं

तो राजवाड्यात परतला. कुंती आणि माद्री दोघींच्या हे लक्षात आलं. ''महाराज, काय झालं? आपण एवढे दु:खी, निराश का झाला आहात?'' त्यांनी विचारलं.

पंडूनं घडलेला सगळा प्रसंग सांगितला. ''आता आयुष्यभर हा शाप घेऊनच मला जगावं लागणार आहे–'' पंडूचा गळा भरून आला होता. दुसऱ्याच दिवशी पंडूनं आपला राजमुकुट धृतराष्ट्राच्या स्वाधीन केला आणि राजसिंहासनावरून तो पायउतार झाला. ''मी पापी आहे. राजसिंहासनावर बसण्याचा मला अधिकार नाही'' असं तो म्हणाला.

कुंती आणि माद्री दोघींनीही आपल्या पतीच्या निर्णयाचं अनुकरण केलं. त्यांनीही राजप्रासादातील सर्व सुखांचा त्याग केला आणि पतीसमवेत त्याही वनात राहायला गेल्या. वनवासातील आयुष्य शांततेचं होतं. तरीही पंडू बेचैन असे. 'माझं नाव–माझा वंश चालवणारा कोणीही नाही–मी असाच निपुत्रिक म्हणून मरणार–' दु:खात बुडालेला पंडू सतत याच विचारात असे. दिवसेंदिवस त्याची प्रकृती ढासळतच चालली होती.

कुंती आणि माद्रीच्या हातांत काहीच नव्हतं. निराश होऊन त्या आपल्या पतीची अवस्था बघत होत्या. 'या पलीकडे आपण दोघी काहीच करू शकत नाही–'असं म्हणत एकमेकींना आधार देत होत्या.

# सूर्यपुत्राचा जन्म

असेच दिवस सरत होते. एके दिवशी कुंतीला मिळालेल्या 'वरा'ची आठवण झाली. कुंती ही कुंतिभोज राजाने दत्तक घेतलेली मुलगी. सगळेजण तिचं खूप कौतुक करायचे. कुंती वयात आली. शीघ्रकोपी म्हणून प्रसिद्ध असलेले दुर्वास मुनी एकदा राजा कुंतिभोजाच्या राज्यात आले. त्यांची सर्व व्यवस्था ठेवण्याची जबाबदारी तरुण कुंतीवर सोपवली होती. दुर्वास मुनींना प्रसन्न ठेवणं ही तर फारच अवघड कामगिरी होती.

कुंतीनं त्यांची उत्तम व्यवस्था ठेवली. कुठंही कमतरता ठेवली नाही. जबाबदारी अगदी चोख पार पाडली. दुर्वास मुनीही तिच्यावर प्रसन्न झाले. जाताना कुंतीला आशीर्वाद देऊन ते म्हणाले, ''बाळ कुंती, मी तुझ्यावर प्रसन्न झालो आहे. मी तुला एक दिव्य मंत्र देणार आहे. तुला आवडेल त्या कोणत्याही देवदेवतेचं तू स्मरण कर आणि हा मंत्र म्हण– तुला त्या देवापासून एक पुत्र होईल आणि त्या देवाचे सर्व गुण त्या मुलातही असतील.'' दुर्वासांनी कुंतीला तो दिव्य मंत्र शिकवला आणि ते तिथून निघाले.

कुंतीला खूप गंमत वाटली. आनंदाच्या भरात त्या मंत्राचा उपयोग करायला अधीर झाली होती. फारसा विचार न करता, तिनं सूर्यदेवाकडे पाहत तो दिव्य मंत्र म्हटला. तिला काही कळण्याआधीच सूर्यदेव प्रत्यक्ष तिच्यासमोर उभा राहिला.

''हे कुंती, तुझ्या इच्छेनुसार मी तुला एक सुंदर मुलगा देईन.'' तो म्हणाला. कुंती घाबरली. ''नाही नाही. मला मुलगा नको. मी फक्त मंत्राची परीक्षा घेऊन बघत होते–'' ती म्हणाली.

''नाही. त्या दिव्य मंत्राची शक्ती परत घेता येणार नाही. तू माझ्यासमोर तो मंत्र म्हटलास– म्हणून मला तुला मुलगा द्यावाच लागेल,'' सूर्य म्हणाला.

''पण देवा, मी कुमारिका आहे. आत्ता मी मुलाला कसा जन्म देऊ? कुमारिका माता होणं हे मला आणि माझ्या घराण्याला कलंकित करणारं ठरेल,'' कुंती अगतिक होऊन म्हणाली.

सूर्याचंही काही चाललं नाही. पुढच्याच क्षणी कुंतीला पुत्रदान मिळालं होतं. त्याच्या अंगावर सोन्याची कवचकुंडलं होती. कुंतीनं त्याला पाहिलं आणि ती चकितच झाली. 'या सूर्यपुत्राची कवचकुंडलं त्याचं शौर्य सिद्ध करतील' असं म्हणून सूर्यदेव अंतर्धान पावला. आता कुमारीमाता कुंतीच्या पदरात तिचा मुलगा होता. त्याला घरी घेऊन जायची तिला भीती वाटली. तिनं एकदम ममतेला बांध घातला आणि त्याच क्षणी तिनं कठोरपणे त्या बाळाला सोडून द्यायचं ठरवलं.

‘असं करणं अवघड आहे; पण इलाज नाही. मनावर दगड ठेवून मला या बाळाचा त्याग करावाच लागेल,’ ती मनाशी म्हणाली. आपण बालिशपणे किती चुकीचं वागलो हे तिला समजलं. रडतरडतच तिनं त्या बाळाला रेशमी वस्त्रात गुंडाळलं. एका टोपलीत ठेवलं आणि टोपली घेऊन ती नदीच्या दिशेनं गेली.

‘बाळा, मला क्षमा कर. तुझ्या दुर्दैवी आईला माफ कर. देवा, माझ्या या कृत्याबद्दल मला क्षमा करा;’ असं म्हणून तिनं बाळासह ती टोपली नदीच्या पाण्यात सोडून दिली. नदीच्या लाटांवर तरंगततरंगत ती टोपली पुढे-पुढे जात दिसेनाशी झाली. हा सगळा दुःखद प्रसंग इतक्या वर्षांनी पुन्हा कुंतीच्या डोळ्यांसमोर आला. सगळ्या आठवणी दाटून आल्या; पण अचानक तिचे डोळे एका आशेनं चमकले. ‘मला मिळालेल्या त्या दिव्य मंत्राच्या वरदानाचा उपयोग करण्याची हीच योग्य वेळ आहे,’ असं तिला वाटलं.

# पांडवांचा जन्म

एकदा कुंती पंडूकडे गेली आणि म्हणाली, ''महाराज, वाईट वाटून घेऊ नका. अजूनही आपल्याला संतानसुख मिळू शकतं.'' ''कसं?'' पंडूनं काळजीच्या स्वरात विचारलं. ''महाराज, दुर्वास मुनींनी मला दिव्य मंत्र दिला आहे. तो मंत्र म्हटला की, मी हव्या असलेल्या देवापासून पुत्रदान मिळवू शकते.'' कुंतीनं सांगितलं. ''कुंती, तू मला जगण्याचं बळ दिलंस. तू तुझ्या मंत्रसामर्थ्याचा योग्य पद्धतीनं वापर कर,'' पंडू उत्साहानं म्हणाला.

कुंती एका झाडाखाली बसून ध्यान करू लागली. तिनं सर्वप्रथम न्यायाचे अधिष्ठाता धर्मराज यांचं स्मरण करून दिव्य मंत्र म्हटला. धर्मराज तिच्यासमोर अवतीर्ण झाले. ''कुंती, मी तुला पुत्र देतो. तो नेहमीच न्याय आणि सत्याचं पालन करेल,'' असं म्हणून ते अंतर्धान पावले. त्यांनी तिला एक सुंदर बालक दिलं. कुंती पुन्हा ध्यानाला बसली. या वेळी तिनं वायुदेवाची प्रार्थना केली. वायुदेवानंसुद्धा तिला एक मुलगा दिला. ''या मुलात हजार हत्तींचं बळ असेल,'' वायुदेव म्हणाले. नंतर कुंतीनं देवराज इंद्रदेवांचं ध्यान केलं.

त्यांच्याकडून तिला तिसरा मुलगा मिळाला. ''हा मुलगा अतुलनीय वीर योद्धा आणि सर्वोत्तम धनुर्धर होईल,'' असा आशीर्वाद देऊन इंद्रदेव अंतर्धान पावले. ही तीन मुलं प्राप्त झाल्यावर कुंतीनं तो दिव्य मंत्र माद्रीला शिकवला. माद्रीने मंत्र म्हटला आणि जुळ्या अश्विनदेवांची प्रार्थना केली. अश्विनीकुमार वैद्यकशास्त्राचे अधिपती होते. ते त्वरित माद्रीसमोर आले आणि त्यांनी तिला दोन सुंदर-सुकुमार बालके दिली. ''हे दोन्ही कुमार अतिशय देखणे, बुद्धिमान असतील, तसेच त्यांना वेदनाशमनाची दिव्य सिद्धी मिळालेली असेल,'' असा आशीर्वाद देऊन अश्विनीकुमार अंतर्धान पावले.

अशा रीतीने पंडूराजाला पाच पुत्र झाले. धर्मदेवांचा मुलगा होता युधिष्ठिर, वायुपुत्र होता भीम, तर इंद्राच्या मुलाचं नाव अर्जुन होतं. अश्विनीकुमारांच्या जुळ्या मुलांची नावं होती-नकुल आणि सहदेव. त्या सर्वांना मिळून 'पांडव' म्हटलं गेलं. पंडू, कुंती आणि माद्री यांना आपल्या मुलांचा अभिमान होता. आता त्यांचा आनंद मुलांच्याभोवतीच फिरत होता. पुत्रप्राप्तीनंतर पंडू कधीच उदास आणि दुःखी झाला नाही. आनंदाच्या भरात पंडूला ऋषींच्या शापाचा विसर पडला आणि एके दिवशी त्यानं माद्रीजवळ जाऊन तिला स्पर्श केला- त्या क्षणी शापवाणी खरी ठरली. तिथेच पंडूनं अखेरचा श्वास घेतला.

माद्रीला पतीच्या विरहाचं दु:ख सहन झालं नाही आणि तिनंही तिथेच आयुष्य संपवलं.

कुंती एकटीच पाच मुलांसह मागे राहिली; पण तिनं निश्चय केला– 'माझ्या मुलांना मी असं वाढवेन की, जेणेकरून त्यांचे पिता आणि कुळाचं नाव उज्ज्वल होईल.' कुंती आणि पांडव अजूनही वनातच राहत होते. तिथल्या काही ऋषिमुनींनी त्यांना हस्तिनापूरला जाण्याचा सल्ला दिला. कुंतीनं तो सल्ला मानला आणि आपल्या पाचही मुलांना घेऊन ती राजवाड्यात परतली.

पंडू आणि माद्रीच्या मृत्यूच्या वार्तेनं भीष्म आणि धृतराष्ट्र दु:खी झाले; परंतु ते दु:ख बाजूला सारून, त्यांनी कुंती आणि पंडू-पुत्रांचं आनंदानं स्वागत केलं. गांधारीनं कुंतीला प्रेमानं जवळ घेतलं– तिचं सांत्वन केलं– ''कुंती, तू खूप दु:ख सहन केलं आहेस; पण आता आम्ही तुझ्या पाठीशी आहोत. काळजी करू नकोस–'' असं म्हणून तिला आधार दिला.

# हेवा करणारे कौरव

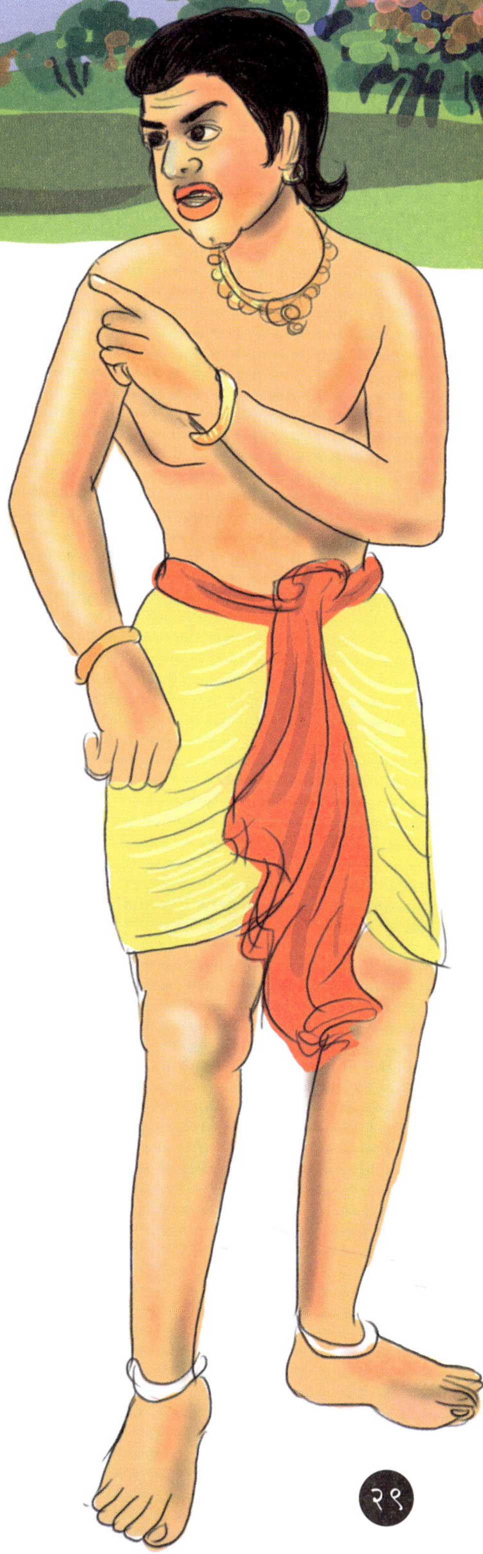

धृतराष्ट्र आणि गांधारीला शंभर पुत्र होते. त्यांना 'कौरव' म्हणत. कौरवांना पाहून कुंतीला खूप आनंद झाला. ''मला पाचच नाही, तर एकशे पाच पुत्र आहेत, असंच वाटतंय,'' ती म्हणाली. गांधारीही पांडवांवर स्वत:च्या मुलांसारखंच प्रेम करत असे.

कौरव-पांडव सगळे एकत्रच वाढत होते. पितामह भीष्मांनी त्यांचं शिक्षण आणि इतर गोष्टींचीही उत्तम व्यवस्था केली. या राजपुत्रांना धार्मिक ग्रंथांचं शिक्षण देण्याची जबाबदारी हस्तिनापूरचे राजगुरू कृपाचार्य यांनी आनंदानं स्वीकारली. मुलं मोठी होत होती. मात्र, पांडव कौरवांच्या डोळ्यांत सलत आहेत, हे भीष्मांच्या लक्षात आलं होतं. सर्वांत मोठा कौरव दुर्योधन तर लहानपणापासूनच फार स्वार्थी आणि अति-महत्त्वाकांक्षी होता. पांडव येण्याआधी तो सगळ्यांत मोठा कौरव होता. त्याला हा मान आवडायचा; पण पांडव आल्यावर मात्र, युधिष्ठिर त्याच्याहून वयानं मोठा असल्यानं सगळे त्यालाच 'युवराज' म्हणू लागले. दुर्योधनाला हे सहन होत नव्हतं. त्याला नेहमीच पांडवांचा हेवा वाटत असे. भीष्मांना तो विचारायचा–

‘‘पितामह, त्या पांडवांना इथून हाकलून द्यायला माझ्या वडिलांना का सांगत नाही? ते इथं आल्यामुळे आता माझा राजमुकुटावरचा हक्कही त्यांच्याकडे जाईल –मला काहीच मिळणार नाही. असं का?’’ ‘‘दुर्योधना, पांडवांबद्दल असा वाईट विचार करू नकोस. तेसुद्धा तुझे भाऊच आहेत.’’ असं म्हणून पितामह भीष्म त्याची समजूत घालत असत; पण पांडवांबद्दल दुर्योधनाच्या मनातला राग आणि द्वेष तिळमात्रही कमी होत नव्हता.

कौरव-पांडव जरी एकत्र राहत होते, खेळत होते, तरी कौरव नेहमीच पांडवांना त्रास होईल, इजा होईल यासाठी काही ना काही कुरापती काढत असत. त्या सगळ्यांमध्ये भीम सर्वांत शक्तिमान होता. खाण्यावर त्याचं सर्वांत जास्त प्रेम होतं. एके दिवशी दुष्ट दुर्योधनानं एक बेत रचला. भीमाला खायला खूप आवडतं हे लक्षात ठेवून, त्यानं त्याला मोठं पात्र भरून खीर खायला दिली; पण त्या खिरीत विष घातलेलं होतं. भीमानं खिरीचं पात्र तोंडाला लावलं आणि सगळी खीर एका दमात पिऊन टाकली. खिरीत विष असल्यानं तो बेशुद्ध पडला. दुर्योधनानं दु:शासनाच्या मदतीनं भीमाचे हातपाय बांधले आणि त्याला नदीच्या पात्रात फेकून दिलं.

भीम नदीच्या तळाशी गेला. तिथं शेकडो

साप होते. ते त्याचे चावे घ्यायला लागले. त्यात भीमाच्या अंगातलं विषही शोषलं गेलं; त्यामुळे तो हळूहळू शुद्धीवर आला. सर्पराज भीमावर फारच खूष झाला. त्यानं त्याला भरपूर स्वादिष्ट खीर प्यायला दिली. खिरीच्या प्रत्येक घोटागणिक भीमाची ताकद वाढत गेली. नदीतून बाहेर येईपर्यंत भीम सर्वशक्तिमान झाला होता.

इकडे, राजवाड्यात भीम न परतल्यानं कुंती आणि इतर पांडव चिंतेत होते. त्यांनी त्याला सगळीकडे शोधलं. इतक्यात भीम परतला. त्याला हातीपायी धड असलेलं पाहून कुंतीचा जीव भांड्यात पडला. भीमानं सगळी हकिगत सांगितली. त्याला दुर्योधनाला अद्दल घडवायची होती; पण कुंतीनं त्याला शांत व्हायला सांगितलं– ''भीमा, झालं-गेलं सगळं विसरून जा. त्याला क्षमा कर.'' कुंतीनं त्याला समजावलं. कुंतीच्या शहाणपणामुळे मोठा कटू प्रसंग आत्ता टळला होता; पण कौरव-पांडवांमध्ये शत्रुत्वाला सुरुवात झाली होती.

# दिव्य बालकाचा जन्म

इकडे हस्तिनापुरात या सर्व घटना घडत असताना, जवळच असलेल्या मथुरा-नगरीतल्या कारागृहात एक दिव्य बालक जन्माला आलं. हे बालक म्हणजेच, भगवान विष्णूंचा आठवा अवतार समजला जाणारा श्रीकृष्ण! पृथ्वीवरच्या अधर्माचा नाश करून, धर्माची आणि न्यायाची स्थापना करून, त्याबद्दल जनतेत पुन्हा विश्वास निर्माण करण्यासाठीच भगवान विष्णूंनी हा अवतार घेतला. कृष्णाचा मामा–कंस मथुरेचा राजा होता. तो अतिशय दुष्ट, धूर्त आणि कपटी होता. सगळीकडे त्याची दहशत होती. त्याच्या क्रूरपणापुढे सगळे त्याला घाबरत. त्यानं स्वत:च्या वृद्ध वडिलांना–राजा उग्रसेनाला तुरुंगात टाकून त्यांच्याकडून राजमुकुट हिसकावून घेतला होता.

कंसाची बहीण देवकी. तिनं वसुदेवाशी विवाह केला होता. एके दिवशी आकाशवाणी झाली, 'देवकीचा आठवा पुत्र कंसाचा वध करेल.' हे ऐकल्यापासून कंसानं देवकी आणि वसुदेवाला तुरुंगात डांबून ठेवलं होतं. त्यांच्यावर कडक पहारा बसवला होता. देवकीला बाळ झालं की, कंस लगेचच त्याला मारून टाकत असे. असं सात वेळा

झालं. जिवाच्या भीतीनं त्यानं देवकीच्या सात बाळांचा जीव घेतला.

देवकीनं आठव्या बाळाला जन्म दिला. हाच श्रीकृष्ण! त्याच्या जन्माच्या वेळी वसुदेवाला दिव्य स्वरात आदेश मिळाला–'वसुदेवा, या बाळाला गोकुळात घेऊन जा. तिथे नंद-यशोदेनं नुकत्याच जन्म दिलेल्या मुलीच्या जागी हे बाळ ठेव आणि ती मुलगी घेऊन ये. या बाळाच्या जागी ठेव.' एवढे पहारेकरी असलेल्या तुरुंगातून बाळाला घेऊन बाहेर पडणं अशक्य होतं; पण जणू चमत्कार झाला. सगळे पहारेकरी गाढ झोपी गेले आणि दरवाजांची कड्या-कुलपं आपोआप निखळून पडली. वसुदेव बाळाला घेऊन त्वरित बाहेर पडला. त्याला गोकुळातून नंदाच्या मुलीला घेऊन लगेचच यायचं होतं. देवकीला आठवं बाळ झालं आहे, हे कळून दुष्ट कंस त्या बाळाला ठार करायला येण्यापूर्वी हे सगळं करायला हवं होतं.

गोकुळ यमुनानदीच्या पलीकडच्या तीरावर होतं. वसुदेव बाळाला टोपलीत ठेवून नदीकाठी आला. एवढ्यात प्रचंड वादळ सुरू झालं. वसुदेवानं नदीत पाय ठेवला आणि मुसळधार पाऊस पडायला लागला. 'बापरे! पावसानं नदीचं पाणी वाढायला लागलं. आता मी ही नदी कशी पार करणार?' वसुदेव मनाशी म्हणाला. नदीच्या प्रवाहाविरुद्ध चालणं त्याला फारच अवघड होतं. शिवाय, पाऊस आणि पूर यांमुळे बाळाची काळजी होतीच. एवढ्यात भगवान विष्णूंचा नागराज आदि शेष नदीतून वर आला आणि त्यानं बाळावर आपल्या सहस्र फणांचं छत्र धरून पावसापासून त्याचं रक्षण केलं.

यमुनाही दुभंगली आणि तिनं वसुदेवाला चालत जायला वाट करून दिली. अशा तऱ्हेने प्रत्यक्ष परमेश्वराच्या संरक्षणात वसुदेव गोकुळात नंदाच्या घरी पोहोचला. तिथं

त्यानं त्याच्या मुलीच्या जागी कृष्णाला ठेवलं आणि त्या मुलीला घेऊन तो मथुरेला परतला. तो तुरुंगात आल्याबरोबर पुन्हा आपोआप दारांची कड्या-कुलपं लावली गेली आणि पहारेकऱ्यांना जाग आली.

बाळाला पाहिल्यावर लगेच एक पहारेकरी ही वार्ता सांगायला कंसाकडे गेला. तत्क्षणी, दुष्ट-कपटी कंस लगेच देवकीकडे आला. त्यानं तिच्या मांडीवरून बाळाला हिसकावून घेतलं. 'दादा, माझ्या या बाळाला जीवनदान दे. ती मुलगी आहे. तिच्यापासून तुला काही धोका नाही–'देवकीनं काकुळतीला येऊन कंसाला विनंती केली; पण त्याला तिळमात्र दया आली नाही. त्यानं मुलीला उचलून जमिनीवर आपटलं. त्याच क्षणी तिचं एका दिव्य देवीत रूपांतर झालं. 'कंसा, सावध हो! तुझा संहार करणारा गोकुळात सुरक्षित आहे.' असं म्हणून ती अंतर्धान पावली. हे ऐकल्यावर कंस घाबरला. त्या निर्दयी कंसाने गोकुळातली सगळी नवजात बालके ठार करायचा आदेश देऊन आपले सैनिक तिकडे पाठवले; पण कृष्णाच्याच हातून कंसाचा वध होणार, हे विधिलिखित होतं; त्यामुळे भगवंतानंच त्याचं रक्षण केलं. पांडव जेव्हा हस्तिनापुरात लहानाचे मोठे होत होते, तेव्हाच कृष्णही गोकुळात यशोदा आणि नंदाच्या घरी लाडाकोडात वाढत होता.

# वसुसेन

जवळपास याच काळात; पण दुसऱ्या ठिकाणी आणखी एक अद्‌भुत बालक लहानाचं मोठं होत होतं. हा दुसरा-तिसरा कोणी नसून कुंतीला सूर्यापासून मिळालेला मुलगा होता – ज्याला तिनं जन्मल्याबरोबर नदीत सोडून दिलं होतं. नदीतून वाहता-वाहता तो 'अधिरथ' नावाच्या सारथ्याला दिसला. अधिरथाला मूलबाळ नव्हतं. 'देवा, अखेर तू माझी प्रार्थना ऐकलीस. मला हा मुलगा तूच दिलास,' असं म्हणत त्यानं त्या मुलाला हृदयाशी धरलं. तो बाळाला घेऊन धावतच त्याच्या बायकोकडे – राधेकडे गेला. राधेनंही 'देवाची देणगी' म्हणून या बाळाला स्वीकारलं. दोघांनीही आनंदानं त्याला 'आपलं' मानलं. त्यांनी त्याचं नाव ठेवलं–वसुसेन. राधेचा मुलगा म्हणून लोक त्याला 'राधेय'ही म्हणत. वसुसेन अतिशय बुद्धिमान आणि शूर, धाडसी होता. त्याला अधिरथासारखं रथ हाकायला आवडत नसे.

उलट, लहानपणापासूनच त्याला धनुष्य-बाण चालवायला आवडे. एके दिवशी हळूच त्यानं आपल्या आईला- राधेला विचारलं-''आई, मला युद्धाची, लढायांची स्वप्नं का पडतात? मला शस्त्र हातात घेऊन लढावंसं का वाटतं? मी तुझ्याहून आणि बाबांहून असा वेगळा कसा? माझं काही चुकतंय का?''

राधेनं त्याला जवळ घेतलं आणि म्हणाली, ''बाळा वसुसेना, तुझं काहीच चुकत नाही; पण काही गोष्टी तुला आता सांगायला हव्यात!''

''हे काय बोलतेस तू आई? कुठल्या गोष्टी?'' वसुसेनानं काळजीच्या स्वरात विचारलं. राधा म्हणाली, ''बाळा, तू आमचा खरा मुलगा नाहीस. तू माझ्यापोटी जन्माला आलेला नाहीस. नदीतून वाहत आलेल्या एका टोपलीत तू आम्हाला मिळालास.'' राधेचं हे बोलणं ऐकून वसुसेन सुन्न झाला. ''आई, मग मी खरा आहे तरी कोण?'' त्यानं विचारलं. ''बाळा, ते आम्हाला ठाऊक नाही; पण तुला देवानंच आमच्याकडे पाठवलंय-तेही ही सोनेरी कवचकुंडलं घालूनच. आम्हाला मूलबाळ नव्हतं-पण, तू आम्हाला एखाद्या वरदानासारखा मिळालास रे!'' असं म्हणून राधा रडायला लागली.

वसुसेन तिच्या पायांशी कोसळला आणि म्हणाला, ''नाही माते, तूच माझी आई आहेस. तुमच्या दोघांशिवाय माझे दुसरे कोणीही आई-बाबा नाहीत. मी नेहमीच राधा आणि अधिरथ यांचाच मुलगा म्हणून ओळखला जाईन.'' त्याचं बोलणं ऐकून राधाच्या मनाचा बांध फुटला. ती भावनाविवश झाली. पुढे राधा आणि अधिरथानं वसुसेनाच्या इच्छेप्रमाणे त्याला युद्धाचं शिक्षण दिलं. त्याला 'सारथी' नव्हे, 'योद्धा' होऊ दिलं. त्याला युद्धकलेत प्रवीण केलं.

# आचार्य द्रोण

हस्तिनापुरात कौरव आणि पांडव या राजकुमारांचं शिक्षण आणि खेळांचं प्रशिक्षण सुरू झालं होतं. एकदा, ते बागेत खेळत असताना त्यांचा चेंडू विहिरीत पडला. सगळे विहिरीभोवती जमले; पण काय करावं ते कोणालाच सुचेना. सगळे नुसतेच विहिरीत डोकावत होते. अचानक, एक अनोळखी व्यक्ती तिथे आली. मुलांना गोंधळात पडलेलं पाहून त्यांनी विचारलं– ''मुलांनो, काय झालं? तुम्ही असे काळजीत का दिसता?''

''आमचा चेंडू विहिरीत पडला आणि तो कसा बाहेर काढावा हे आम्हाला कळत नाही,'' युधिष्ठिरानं सांगितलं. त्या व्यक्तीनं विहिरीत डोकावून पाहिलं. ''हात्तिच्या! एवढंच ना?'' ते हसून म्हणाले. ''चला, मी तुम्हाला मदत करतो'' असं म्हणून त्यांनी जवळचं गवताचं पातं उचललं आणि विहिरीतल्या चेंडूवर त्या पात्यानं नेम धरला. मुलं उत्सुकतेनं बघत होती. त्या व्यक्तीनं गवताची अणकुचीदार पाती एकात एक गुंफली जातील अशी नेम धरून टाकली आणि गवताची साखळीच तयार झाली. हळूहळू त्यांनी तो चेंडू वर खेचायला सुरुवात केली आणि चेंडू विहिरीबाहेर काढला! मुलं आनंदानं

नाचायला लागली. ''विहिरीत पडलेला चेंडू या काकांनी कसा जादूनं बाहेर काढला,'' हे सांगायला त्यांतली काही मुलं राजवाड्यात पितामह भीष्मांकडे पळत सुटली.

''हे काही सामान्य नाहीत. आजोबा, साधं गवताचं पातंही त्यांच्या हातात जणू बाणासारखं टोकदार झालं माहीत आहे?'' मुलं म्हणाली. 'हे फारच वेगळं आहे. ती व्यक्ती म्हणजे नक्कीच द्रोणाचार्य असणार!' भीष्म मनाशी म्हणाले.

पितामह भीष्मांना घेऊन युधिष्ठिर बागेत आला. त्या व्यक्तीभोवती सगळी मुलं गोळा झाली होती. भीष्मांची शंका खरी ठरली होती. ती व्यक्ती म्हणजे, श्रेष्ठ योद्धा आणि गुरू आचार्य द्रोण होते. ते कृपाचार्यांचे मेहुणेही होते.

द्रोण धृतराष्ट्राला भेटायला आले होते. पितामह भीष्मांनी त्यांचं अतिशय प्रेमानं स्वागत केलं. ''आचार्य द्रोण, आपण हस्तिनापुरात आलात हा आमचा बहुमान आहे. आचार्य, आपण धनुर्विद्येत आणि युद्धकलेत सर्वश्रेष्ठ आहात. कौरव-पांडवांच्या कल्याणासाठी आपण इथे राहून त्यांना शिक्षण दिलंत, तर फार कृपा होईल–'' भीष्मांनी गुरू द्रोणाचार्यांना विनंती केली. द्रोणाचार्यांनी भीष्मांची विनंती मान्य केली. त्यांनी हस्तिनापुराजवळच आपला आश्रम उभारला. लवकरच हे गुरुकुल सगळीकडे प्रसिद्ध झालं. कौरव-पांडवांखेरीज हस्तिनापूर नगरातली इतरही मुलं या गुरुकुलात येऊन, द्रोणाचार्यांच्या हाताखाली शिकून अभ्यास करू लागली.

द्रोणाचार्य अत्यंत श्रेष्ठ गुरू होते. शिष्यांना जे शस्त्र आवडेल, त्याचं शिक्षण घ्यायची मुभा होती. युधिष्ठिरानं तलवारबाजी आणि भालाफेकीची निवड केली, भीम आणि दुर्योधनानं गदायुद्ध शिकण्याची, तर अर्जुनानं धनुर्विद्या शिकण्याची निवड केली. इतरांनीही आपापल्या आवडीची शस्त्रास्त्रं निवडली.

# सर्वश्रेष्ठ धनुर्धर

अर्जुन अतिशय एकाग्रतेनं आणि चिकाटीनं धनुर्विद्येचा सराव करत असे. आचार्य द्रोण नेहमीच त्याचं कौतुक करत. 'अर्जुन सर्वश्रेष्ठ धनुर्धर आहे,' असं ते सगळ्यांना सांगत.

त्यामुळे, दुर्योधन आणि त्याचा भाऊ दु:शासन यांना अर्जुनाचा हेवा वाटे. एके दिवशी तर 'आम्ही अर्जुनापेक्षा मुळीच कमी नाही,' असं प्रत्यक्ष द्रोणांनाच सुनावून त्यांनी आपला राग व्यक्त केला. 'आचार्य, तुम्ही नेहमीच अर्जुनाचं कौतुक का करता? तोच सगळ्यांत हुशार आहे, असं का म्हणता?' त्यांनी विचारलं.

अर्जुन सगळ्यांहून उत्तम धनुर्धर कसा आहे, हे दाखवून देण्यासाठी द्रोणाचार्यांनी

सगळ्यांची परीक्षा घ्यायचं ठरवलं. त्यांनी सगळ्या शिष्यांना बोलावलं. द्रोणाचार्यांनी दूरवरच्या एका झाडाच्या फांदीवर एक लाकडी पक्षी ठेवला.

त्याचा डोळा लांबूनही ठळकपणे दिसेल असा रंगवलेला होता. 'मुलांनो, तुम्हाला झाडावरचा तो पक्षी दिसतोय? त्याच्या रंगवलेल्या डोळ्यावर नेम धरून तुम्ही बाण मारायचा आहे. तयार आहात?' द्रोणाचार्यांनी झाडावरचा लाकडी पक्षी दाखवून मुलांना विचारलं. सगळ्यांनी होकारार्थी मान डोलवली. पहिल्यांदा पाळी होती युधिष्ठिराची. त्यानं धनुष्याला बाण जोडून दोरी ताणून बाण सोडणार, एवढ्यात द्रोणाचार्यांनी त्याला विचारलं, ''अग्रज कौंतेया, मला सांग– तुला आत्ता इथून काय दिसतंय?''

''गुरुदेव, मला तुम्ही, ते झाड, माझे भाऊ आणि तो पक्षी हे सगळं दिसतंय.'' युधिष्ठिरानं उत्तर दिलं. द्रोणाचार्यांना त्याच्याकडून हे उत्तर अपेक्षित नव्हतं. ते हसले आणि त्यांनी युधिष्ठिराला बाजूला व्हायला सांगितलं. मग त्यांनी भीमाला हाक मारली– ''भीमा, आता तुझी पाळी.'' ते म्हणाले.

भीम धनुष्य हातात घेऊन बाण मारण्याच्या तयारीत उभा राहिला. तेव्हा त्यांनी त्यालाही तोच प्रश्न विचारला, ''भीमा, आत्ता तुला काय दिसतंय?''

''गुरुदेव, मला आकाश, पानं आणि तो पक्षी दिसतोय–''भीम उत्तरला. त्याचं उत्तर ऐकून द्रोणाचार्य म्हणाले, 'भीमा, तू बाजूला हो.' त्यांनी तोच प्रश्न दुर्योधन, नकुल, सहदेव आणि इतरही शिष्यांना विचारला; पण कोणाकडूनच त्यांना समाधानकारक उत्तर मिळालं नाही. सरतेशेवटी, द्रोणाचार्यांनी अर्जुनाला पुढे बोलावलं आणि त्याला धनुष्याला बाण जोडायला

सांगितलं. त्यानं तसं केलं, तेव्हा द्रोणाचार्यांनी पुन्हा तोच प्रश्न अर्जुनालाही विचारला, ''अर्जुना, तुला काय दिसतंय?'' ''गुरुदेव, मला फक्त त्या पक्ष्याचा रंगवलेला डोळा दिसतोय– बाकी काही नाही,'' अर्जुन म्हणाला. ''आता तू बाण सोडू शकतोस–'' गुरुदेव म्हणाले. त्यांना आपल्या शिष्याकडून हेच उत्तर ऐकायचं होतं.

अर्जुनानं नेम धरून बाण सोडला. सूं-सूं करत बाण थेट पक्ष्याच्या डोळ्यात जाऊन रुतला. सगळे शिष्य गुरुदेवांभोवती जमले. ''बघितलंत! त्या लाकडी पक्ष्याच्या डोळ्याकडे फक्त अर्जुनाचं लक्ष होतं. त्याचं सगळं अवधान त्या डोळ्यावरच एकवटलेलं होतं; त्यामुळेच तो हे करू शकला; पण तुम्ही बाकीच्या मुलांनी असं केलं नाहीत. तुमचं लक्ष डोळ्याकडे नव्हतं. तुम्हाला इतरही बऱ्याच गोष्टी दिसत होत्या,'' असं म्हणून गुरू द्रोणाचार्य दुर्योधनाकडे वळले. ''आता कळलं तुला, अर्जुनाला मी माझा सर्वोत्तम शिष्य का म्हणतो ते?'' त्यांनी दुर्योधनाला विचारलं.

दुर्योधन असूयेनं आंधळा झाला होता. त्यानं गुरुजींचा मुद्दा लक्षातच घेतला नाही. द्रोणाचार्य अर्जुनाच्या बाबतीत पक्षपात करताहेत, असंच त्याला अजूनही वाटत होतं.

# एकलव्याची गुरुभक्ती

द्रोणाचार्यांच्या नकळत आणखी एकजण त्यांच्याकडून धडे घेत उत्तम धनुर्धर होत होता. त्याचं नाव 'एकलव्य'. द्रोणाचार्यांच्या ज्या आश्रमात राजपुत्र कौरव-पांडव युद्धकलेचं शिक्षण घेत होते, त्या आश्रमाजवळच तो राहत असे.

गेले काही दिवस द्रोणाचार्य शिष्यांना शिकवत असताना लहानगा एकलव्य बघत होता. एके दिवशी तो आईला म्हणाला, ''आई, आचार्य द्रोणांकडून धनुर्विद्या शिकण्याची माझी इच्छा आहे. तू मला त्यांच्याकडे घेऊन जाशील?''

''नाही रे बाळा. हे शक्य नाही. आपण नीच जातीतले आहोत; त्यामुळे ते तुझा शिष्य म्हणून स्वीकार करणार नाहीत. त्यांच्याकडून धनुर्विद्या शिकायचं स्वप्न पाहू नकोस राजा!'' त्याच्या आईनं त्याची समजूत घातली; पण एकलव्यानं मनाशी पक्कं ठरवलं होतं–'त्यांनी मला शिष्य मानलं नाही म्हणून काय झालं? मी तर त्यांना 'गुरू' मानलं आहे ना!'–एकलव्य मनाशीच म्हणाला. त्यानं गुरू द्रोणाचार्यांचा मातीचा पुतळा तयार केला आणि तो आपल्या घराजवळच्या झाडाखाली ठेवला. रोज सकाळ-

संध्याकाळ तो आपल्या गुरूंच्या प्रतिमेची पूजा करत असे आणि त्या प्रतिमेसमोरच 'जणू तेच शिकवताहेत' असं मानून, स्वत:च धनुर्विद्येचा अभ्यास करत असे.

तो झाडामागे लपून द्रोणाचार्य शिष्यांना कसं आणि काय शिकवतात, ते पाहत असे. एकलव्य अत्यंत बुद्धिमान होता. त्यानं लवकरच सगळं कौशल्य आत्मसात केलं. स्वत: द्रोणाचार्य जसे बाण सोडत, तसेच बाण एकलव्य सोडू शकत असे. त्यानं स्वत:च ही विद्या आत्मसात केली होती; पण तो मात्र त्याचं श्रेय द्रोणाचार्यांनाच देत असे. तो स्वत:ला त्यांचा शिष्य मानत असे.

एके दिवशी अद्भुत घटना घडली. द्रोणाचार्य आणि अर्जुन एकलव्याच्या घराजवळूनच जात होते. दुपारची वेळ होती. सगळीकडे सामसूम होती. बहुतेक जण वामकुक्षी घेत होते. अचानक, एका कुत्र्याच्या जोरजोरात भुंकण्यानं त्या शांततेचा भंग झाला. जवळपासच कुठेतरी एकलव्य धनुर्विद्येचा सराव करत होता. त्या कुत्र्याच्या सततच्या भुंकण्यानं तोही वैतागला आणि कुत्र्याला मुळीसुद्धा इजा होणार नाही असा बाण त्यानं कुत्र्याच्या उघड्या तोंडात सोडला–तेही त्याच्यासमोर न जाता–नुसत्या त्याच्या आवाजाच्या दिशेनं अचूक बाण सोडून! त्या बाणानं कुत्र्याचं तोंड मिटलं गेलं–हे सगळं द्रोणाचार्य आणि अर्जुनानं बघितलं. ते चकित झाले.

'एखादा कसलेला धनुर्धरच असा बाण सोडू शकतो–कोण असेल हा?' द्रोणाचार्य म्हणाले. त्यांनी त्या धनुर्धराचा शोध घ्यायला सुरुवात केली.

तरुण एकलव्याला धनुर्विद्येचा सराव करताना त्यांनी पाहिलं. एकलव्याचं त्यांच्याकडे लक्ष गेलं. तो धावत त्यांच्याकडे गेला. त्यांना वंदन केलं–''गुरुदेव, आपलं स्वागत आहे,'' तो म्हणाला. या अनोळखी तरुणानं आपल्याला 'गुरुदेव' म्हणावं याचं द्रोणाचार्यांना आश्चर्य वाटलं. ''बाळा, तू मला गुरुदेव का म्हणतो आहेस?'' त्यांनी विचारलं.

''कारण, मी आपल्याकडूनच धनुर्विद्या शिकलो आहे,'' एकलव्यानं नम्रपणे उत्तर दिलं. ''पण मी तर तुला कधीच शिकवलेलं नाही,'' ते म्हणाले. ''तुम्हीच शिकवलं आहे गुरुदेव,'' एकलव्य हसून म्हणाला.

द्रोणाचार्य आणि अर्जुनाला तो गुरू द्रोणाचार्यांच्या पुतळ्यापाशी घेऊन गेला. एकलव्यानं कुत्र्याला मारलेला ध्वनिवेधी बाण पाहून, तो तर अर्जुनाहूनही श्रेष्ठ धनुर्धर असल्याचं द्रोणाचार्यांच्या लक्षात आलं होतंच. ते चिंतेत पडले. 'या मुलानं असेच आणखी काही धडे घेतले, तर हा धनुर्विद्येत अर्जुनालाही मागे टाकेल; पण या पृथ्वीवर अर्जुनापेक्षा दुसरा श्रेष्ठ धनुर्धर झालेला मला चालणार नाही. मी तसे होऊ देणार नाही.'

गुरू द्रोणाचार्य चाणाक्ष आणि मुत्सद्दी होते. अर्जुनाच्या मार्गातून एकलव्याला दूर

करण्यासाठी त्यांनी एक चाल करण्याचं ठरवलं– ''एकलव्या, मी तुझा गुरू आहे असं म्हणतोस. मग मला काही गुरुदक्षिणा देशील की नाही?'' त्यांनी हसून विचारलं.

हे ऐकून एकलव्याला खूप आनंद झाला. ''गुरुदेव, आपण मला शिष्य मानलंत हे माझं परमभाग्य आहे. गुरुदक्षिणा म्हणून आपण जे मागाल ते मी देईन.'' अत्यंत नम्रपणे तो म्हणाला.

''असं? मग तुझ्या उजव्या हाताचा अंगठा गुरुदक्षिणा म्हणून मला दे–'' द्रोणाचार्यांनी मागणी केली. हे ऐकून अर्जुनाला धक्का बसला. 'या मुलानं जर त्याच्या उजव्या हाताचा अंगठा कापून दिला, तर तो धनुष्य-बाण कसा चालवणार?' त्याच्या मनात आलं; पण नेमकं हेच तर गुरू द्रोणाचार्यांना हवं होतं.

या गुरुदक्षिणेचे परिणाम काय होतील, हे एकलव्यालाही कळत होतं; पण आपल्या गुरूबद्दल त्याच्या मनात अपार प्रेम, आदर आणि कृतज्ञता होती; त्यामुळे द्रोणाचार्यांनी त्याच्या उजव्या अंगठ्याची मागणी केल्याबरोबर, त्यानं तत्क्षणी उजवा अंगठा कापला आणि आपल्या गुरूंच्या पायाशी ठेवला. ''गुरुदेव, हा माझा उजव्या हाताचा अंगठा गुरुदक्षिणा म्हणून मी आपल्याला अर्पण करत आहे,'' वीर एकलव्य म्हणाला. त्याच्या या अपूर्व त्यागाचा साक्षीदार होता, श्रेष्ठ धनुर्धर अर्जुन! एकलव्याच्या या त्यागाचं प्रत्यक्ष देव-देवतांनीही कौतुक केलं. खरंतर आपल्या या निरागस शिष्याकडून अशी विचित्र, मुलखावेगळी गुरुदक्षिणा घेताना गुरू द्रोणाचार्यांना अपराधी वाटत होतं; पण त्यामुळे आपल्या सर्वांत प्रिय शिष्याचं–अर्जुनाचं 'सर्वश्रेष्ठ धनुर्धर' म्हणून असलेलं स्थान अबाधित राखता आलं, या गोष्टीचं त्यांना जास्त समाधान वाटलं.

# द्रोणाचार्यांनी घेतलेला सूड

कौरव-पांडवांचं द्रोणाचार्यांच्या आश्रमातलं शिक्षण पूर्ण झालं. आता 'गुरुदक्षिणा' द्यायची वेळ आली. गुरू द्रोणाचार्य काय गुरुदक्षिणा मागतात याबद्दल साऱ्या शिष्यांमध्ये उत्सुकता होती. ''बाळांनो, आता खरं कार्य सुरू होणार आहे. त्याबद्दल काही बोलण्याआधी मला माझ्याबद्दल तुम्हाला थोडं सांगायचंय.'' गुरुदेव म्हणाले.

ते सांगू लागले– ''मी जेव्हा विद्यार्थी होतो, तेव्हा द्रुपद हा पांचाल देशाचा राजपुत्र माझा मित्र होता. आम्ही एकत्रच वाढलो, शिकलो. आमची दृढ मैत्री झाली. 'मी राजा झाल्यावर तुला पांचाल देशाचं अर्धं राज्य देईन', असं द्रुपदानं तेव्हा मला वचन दिलं होतं. बरेच दिवस गेले. आमचं शिक्षण पूर्ण झालं. द्रुपद राजा झाला, तर मी धनुर्विद्येत पारंगत झालो. मी शिक्षक व्हायचं ठरवलं. लवकरच, हस्तिनापूरचे राजगुरू कृपाचार्य यांची बहीण कृपी हिच्याशी माझा विवाह झाला.''

सगळे शिष्य लक्ष देऊन गुरुदेवांचं बोलणं ऐकत होते. गुरुदेव पुढे सांगू लागले– ''आम्हाला मुलगा झाला. त्याचं नाव अश्वत्थामा. आमची परिस्थिती फारच खडतर होती. आम्ही गरीब होतो. एके दिवशी मला माझ्या मित्राच्या–द्रुपदाच्या वचनाची आठवण झाली.

''त्याच्याकडून काहीतरी मदत मिळेल अशी आशा वाटली आणि मी त्याला भेटायला गेलो; पण मला मदत करण्याऐवजी द्रुपदानं तर मला साधी ओळखही दिली नाही. मी त्याला आमच्या बालपणाच्या मैत्रीची आठवण करून दिली. आपण जिवलग मित्र होतो याचं स्मरण दिलं, तेव्हा तर तो उपहासानं हसला आणि म्हणाला, 'असला गरीब, दरिद्री ब्राह्मण आणि माझ्यासारखा राजा कधीच मित्र असू शकत नाहीत.' या भयंकर अपमानानं मी दु:खी झालो आणि घरी परत आलो. त्यानंतर मी हस्तिनापूर नगरीत राहायला गेलो. तिथला राजा धृतराष्ट्र यांना भेटायला निघालो होतो. त्याच दिवशी वाटेत तुम्ही सगळे खेळत होतात आणि तुमचा चेंडू विहिरीत पडला–त्याच्यापुढे काय झालं हे सगळं तर तुम्हाला माहीतच आहे. तुमच्यासारखे अत्यंत हुशार, आज्ञाधारक शिष्य मिळाल्याबद्दल मी खरंच स्वत:ला खूप भाग्यवान समजतो. मुलांनो, आज मी तुमच्याजवळ एक गोष्ट मागणार आहे आणि तुम्ही मला निराश करणार नाही, याची मला खात्री आहे.''

''गुरुदेव, आपण फक्त आज्ञा करावी,'' सगळे शिष्य एकसुरात म्हणाले. द्रोणाचार्यांनी आधी कौरवांना बोलावलं. ''तुम्ही माझ्यासाठी राजा द्रुपदाला पकडून आणा–''ते म्हणाले. हे ऐकताच, दुर्योधनाच्या नेतृत्वाखाली सगळे कौरव निघाले. त्यांनी पांचाल देशावर चढाई केली; पण राजा द्रुपदाच्या सैन्यापुढे त्यांचा टिकाव लागला नाही. कौरवांना पराभूत होऊन परत यावं लागलं. आता गुरुदेवांनी पांडवांना याच कामगिरीवर पाठवलं. पांडव निघाले. राजा द्रुपद आणि त्याच्या सैन्याशी त्यांनी निकरानं लढा दिला. अर्जुन आणि त्याच्या साथीदारांनी पांचाल राजा आणि त्याचं सैन्य यांचा पराभव केला. पांडव विजयी होऊनच द्रोणाचार्यांकडे परत आले.

''गुरुदेव, आम्ही कामगिरी फत्ते करून आलो,'' अर्जुन उत्साहानं सांगत आला.

''तुम्ही सांगितल्याप्रमाणे, आम्ही राजा द्रुपदाला तुमच्यासमोर घेऊन आलो आहोत.'' सगळे म्हणाले. द्रोणाचार्यांना आनंद झाला. ''तुम्ही माझा मानबिंदू आहात. तुम्ही हे करणार हे मला ठाऊक होतं–'' गुरुदेव हसून म्हणाले.

मग ते द्रुपदाकडे वळले. मुसक्या बांधलेला द्रुपद पराभूत होऊन, त्यांच्यासमोर उभा होता. गुरुदेव म्हणाले–''द्रुपदा, मला तुला ठार मारायची इच्छा नाही. मला फक्त तुझ्या वचनाची तुला आठवण करून द्यायची होती. आपण दोघं विद्यार्थी असताना तू मला ते वचन दिलं होतंस–'' द्रुपदाला राग आलेला होता; पण 'आपणच त्यांना फसवून आत्ताची ही परिस्थिती ओढवून घेतली आहे,' हे त्याच्या लक्षात आलं. आत्ता द्रोणाचार्यांनी त्याच्याकडून सगळं राज्य जरी मागून घेतलं असतं, तरी ते त्याला देणं भाग होतं; पण द्रोणाचार्य न्यायी होते. त्यांनी राजा द्रुपदाला मुक्त केलं आणि त्याला त्याचं अर्धं राज्य दिलं. ''राजा, तुझं अर्धं राज्य माझं आहे. तुझ्या लक्षात आहे ना तुझं वचन? की पुन्हा आठवण करून द्यायला हवी?'' त्यांनी विचारलं. त्यांची अट मान्य करण्याखेरीज द्रुपदाकडे इलाजच नव्हता. त्यानं वरवर ते मान्य केलंही; पण 'या द्रोणाचा एक ना एक दिवस सूड घ्यायचाच,' असंही त्यानं मनाशी पक्कं ठरवलं. द्रुपद आपल्या राज्यात परतला; पण तो अत्यंत बेचैन होता.

एकीकडे तो सुडाच्या भावनेनं पेटला होता, तर दुसरीकडे अर्जुनाच्या पराक्रमानं प्रभावित झाला होता. अर्जुनाला 'जावई' करून घेण्यासाठी आपल्याला एक मुलगी हवी, अशी इच्छा त्याच्या मनात निर्माण झाली. ती पूर्ण करण्यासाठी मुलगी व्हावी म्हणून आणि द्रोणाला ठार करण्यासाठी मुलगा व्हावा म्हणून द्रुपदानं एक यज्ञ केला. त्याच्या दोन्ही इच्छा पूर्ण झाल्या–त्याला एक मुलगा झाला– 'धृष्टद्युम्न' आणि एक मुलगी झाली–'द्रौपदी!'

# क्रीडा स्पर्धांचा महोत्सव

इकडे, राजकुमार कौरव आणि पांडव हस्तिनापूरला परत आले. पितामह भीष्म, महाराज विदुर, महाराणी गांधारी आणि कुंती यांनी त्यांचं प्रेमानं स्वागत केलं. आपली मुलं सुंदर, सुदृढ 'तरुण' झालेली पाहून कुंतीला प्रेमाचं भरतं आलं. गांधारीनंही आपल्या मुलांना जवळ घेऊन त्यांना आशीर्वाद दिला. काही धार्मिक विधींनंतर राजकुमारांनी राजवाड्यात प्रवेश केला.

थोड्याच दिवसांत तरुण राजकुमारांच्या सन्मानार्थ एक भव्य क्रीडा-स्पर्धा भरवण्यात आली. सगळे नगरवासी ती स्पर्धा बघायला मोठ्या संख्येनं जमले. ''आपले राजकुमार

लढाईतलं काय काय तरी शिकून आले आहेत म्हणे–'' एकजण म्हणाला. ''हो तर,'' दुसऱ्यानं होकार भरला. ''अरे, स्वत: गुरुदेव द्रोणाचार्यांनी त्यांना युद्धकलेचं शिक्षण दिलंय. आज तेच तर आपल्याला दिसणार आहे.'' तिसरा म्हणाला. पितामह भीष्म, धृतराष्ट्र, गांधारी, कुंती, विदुर, कृपाचार्य आणि अनेक मान्यवर या विशेष प्रसंगी उपस्थित होते. त्यांच्यामुळे या कार्यक्रमाला वेगळीच शोभा आली.

सर्वोत्तम खेळाडूला पुरस्कार देण्यासाठी स्वत: गुरुदेव द्रोण आले होते. एकामागोमाग एक राजकुमार पुढे येऊन आपलं कौशल्य दाखवत होते. युधिष्ठिर रथाचं सारथ्य करण्यात निपुण होता. दुर्योधन आणि भीम गदायुद्धामध्ये तरबेज होते. नकुल आणि सहदेव तलवारबाजीत प्रवीण होते. दु:शासन आणि त्याच्या धाकट्या भावंडांनी विविध शस्त्रास्त्रं चालवण्यातल्या आपल्या उत्तम तयारीचं प्रदर्शन केलं.

सर्वांत उत्तम ठरला अर्जुन! अर्जुनानं आकाशात बाण सोडला आणि बाण खाली येताना पावसाच्या सरी घेऊन आला, हे पाहून तमाम प्रेक्षकवर्ग अचंबित झाला. नंतर त्यानं बाणांचा वर्षाव करून पूल तयार केला. त्यानं काही दिव्य बाणांच्या टोकातून पाणी निर्माण केलं. त्याच्या या अद्‍भुत कसबाला सगळ्यांनी टाळ्यांचा गजर करून दाद दिली. द्रोणाचार्य आपल्या या लाडक्या शिष्याचं नाव 'सर्वोत्तम खेळाडू' म्हणून घोषित करणार, एवढ्यात कोणीतरी मोठ्या आवाजात ओरडलं– ''थांबा. नाव घोषित करायची एवढी घाई करू नका.'' सगळ्यांच्या माना त्या आवाजाच्या दिशेनं वळल्या.

आपल्या सुवर्णकवच-कुंडलांनी शोभून दिसणारा तेजस्वी सूर्यपुत्र कर्ण तिथे उभा होता. ''अरे, हा कोण आहे?'' ''हा आहे तरी कोण?'' – सगळेजण आपसांत कुजबुजायला लागले. 'किती देखणा आणि निधड्या छातीचा आहे हा तरुण! याआधी याला कधी

बघितलं नव्हतं–'सगळ्यांना वाटलं. राजघराण्यातले सगळेजण त्या तरुणाच्या आगमनानं आणि आव्हानानं चकित झाले होते. 'मला माहीत आहे अर्जुन सर्वोत्तम धनुर्धर आहे, उत्तम योद्धा आहे; पण मीसुद्धा त्याच्याहून कमी नाही, हे मी सगळ्यांसमोर दाखवून देऊ शकतो–'असं म्हणून कर्णानं अर्जुनासारखेच धनुष्यबाणाचे अद्‌भुत चमत्कार करून दाखवले.

त्यानं अर्जुनाला आव्हान दिलं. आता मात्र द्रोणाचार्य चिंतेत पडले. 'हा कर्ण आपल्या प्रिय अर्जुनाला पराभूत करून सगळ्यांचं लक्ष वेधून घेईल,' अशी त्यांना भीती वाटली. 'या कर्णाला बाजूलाच ठेवायला हवं,' असा विचार करून द्रोणाचार्य उठून उभे राहिले आणि गरजले–''कर्णा, तू क्षत्रिय नाहीस. सूतपुत्र आहेस. राजपुत्र अर्जुनाला तू असं आव्हान कसं काय देऊ शकतोस? सूतपुत्र राजपुत्राला आव्हान देऊ शकत नाही, ही साधी गोष्ट तुला ठाऊक नाही?'' द्रोणाचार्यांचं बोलणं ऐकून कर्ण काहीच बोलला नाही.

ते पाहून द्रोणाचार्य पुन्हा म्हणाले, ''तू राजघराण्यातला नाहीस. तू राजपुत्र नाहीस. अर्जुन हस्तिनापूरचा राजपुत्र आहे. तो एखाद्या राजपुत्राशीच सामना करेल. सूतपुत्राशी नाही.'' त्यावरही कर्ण गप्पच राहिला. हे पाहून अर्जुनाला अपमानित करायची संधी घेण्यासाठी दुर्योधन पुढे सरसावला. 'हा कर्ण अर्जुनाला नक्कीच हरवेल' असं मनात म्हणून तो उभा राहिला. ''थांबा आचार्य द्रोण! मला काही बोलायचं आहे,'' तो मोठ्यांदा ओरडला आणि कर्णाजवळ जाऊन, त्यानं हसून कर्णाच्या खांद्यावर हात ठेवला. कर्णाला आश्चर्य वाटलं.

द्रोणाचार्यांकडे वळून दुर्योधन म्हणाला, ''हा कर्ण अर्जुनाला आव्हान का देऊ शकत नाही? तो एखाद्या राजघराण्यातला नाही म्हणून? असं असेल तर मला आत्ता या क्षणी इथे एक घोषणा करायची आहे–'' असं म्हणत, त्यानं आपल्या उंची राजवस्त्रातलं उत्तरीय काढून ते कर्णाच्या गळ्यात घातलं–''सर्व उपस्थितांनो, ऐका– कर्ण माझ्या

राज्यातील अंगदेशाचा राजा झाला आहे, असं मी जाहीर करतो. अंगदेशावर माझा अधिकार आहे; त्यामुळे त्याचा उत्तराधिकारी ठरवण्याचा अधिकार मलाच आहे. तेव्हा कर्णाला मी 'अंगदेशचा राजा' म्हणून निवडलं आहे. या क्षणापासून हा माझा जिवलग मित्र आहे.'' असं म्हणून, त्यानं हसून कर्णाकडे बघितलं. ''हे कर्ण, अंगनरेश, आता

तू अर्जुनाशी सामना करायला पात्र झाला आहेस-''दुर्योधनाचे हे शब्द ऐकून कर्णाचं मन प्रेमानं आणि कृतज्ञतेनं भरून आलं. ''दुर्योधना, माझ्या मित्रा, तुझ्या या उदार कृत्याबद्दल मी नेहमीच तुझा ऋणी आणि तुझ्याशी एकनिष्ठ राहीन. यापुढे काहीही झालं, तरी प्रत्येक प्रसंगी हा कर्ण तुझ्याच बाजूनं उभा राहील-''कर्णानं दुर्योधनाला आश्वासन दिलं.

हे सगळं घडत असतानाच, कर्णाचे दत्तक पिता- अधिरथ तिथे आले. कर्णानं वाकून अधिरथाला वंदन केलं. ''तात, आता तुमचा मुलगा राजा झाला आहे. मला आशीर्वाद द्या-''तो म्हणाला.

''माझे आशीर्वाद नेहमीच तुझ्या पाठीशी आहेत, बाळा!''-अधिरथानं गद्‌गद स्वरात कर्णाला आशीर्वाद दिला. पांडवांनी हे ऐकलं. ''काय? सारथ्याचा मुलगा- राजा? रथ हाकणाऱ्याचा मुलगा अंगदेशाचा अधिपती?'' असं कुत्सितपणे म्हणून

ते जोरात हसले. ''अरे वा! एक क्षुल्लक सारथीपुत्र अंगनरेश? काय विनोद आहे! अरे, तू फक्त रथ हाकायच्याच लायकीचा आहेस. राजा होण्याची तुझी पात्रताच नाही. अर्जुनाच्या समोर उभं राहायचं स्वप्न विसरून जा–'' भीमानं दर्पोक्ती केली.

कर्णाला हे सारं भयंकर अपमानास्पद वाटलं; पण तो काही करू शकला नाही. दुर्योधन पुन्हा त्याच्या मदतीला धावून आला–''भीमा, जीभ आवर–कर्ण सारथी असेल; पण तुझ्यापेक्षा सरस योद्धा असल्याचं त्याला अजून सिद्ध करायचंय. सरस योद्धा आणि उत्तम राजा असल्याचंही तो नक्कीच दाखवून देईल.'' असं म्हणून दुर्योधनानं कर्णाला आणि अधिरथाला आपल्या रथात घेतलं आणि आपला रथ मैदानात आणून उभा केला. दरम्यान, सुवर्णकवच आणि कुंडलं असलेला कर्ण म्हणजे आपलाच मुलगा आहे, हे कुंतीनं ओळखलं. 'हा माझाच पुत्र. किती वर्षांपूर्वी मी याला नदीत सोडून दिलं होतं. दैवगती किती विचित्र आहे. प्रत्यक्ष सूर्यपुत्र असूनही त्याची टिंगल केली जातेय, त्याचा घोर अपमान होतोय आणि मी त्याची आई इथे समोर उभी असूनही त्याला माझा पुत्र म्हणू शकत नाही–'असं मनाशी म्हणत, ती दुर्दैवी आई शुद्ध हरपून खाली कोसळली.

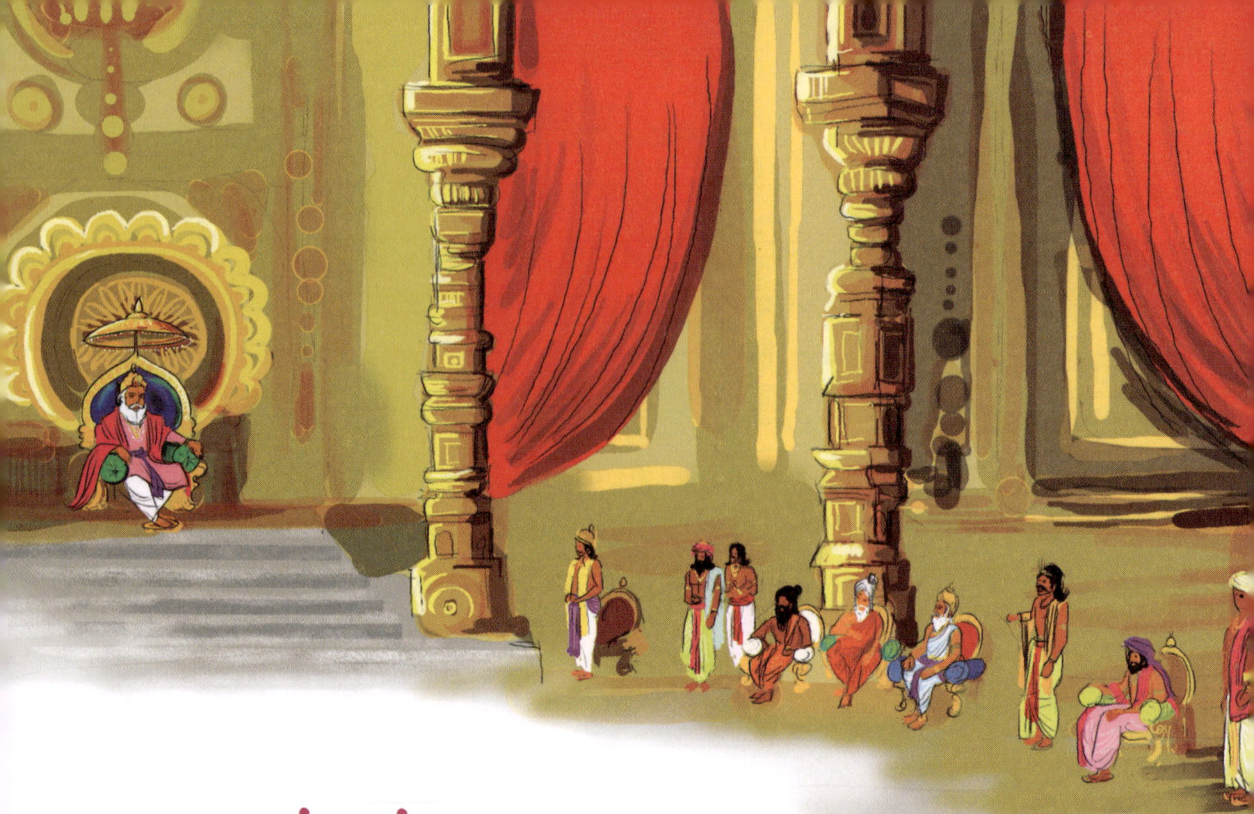

# पांडवांना जाळून मारण्याचा कट

महाराज धृतराष्ट्र वृद्ध झाले. त्यांनी पितामह भीष्म, द्रोण आणि विदुर यांना बोलावून घेतलं. ''आता वयोमानानुसार मी राज्य करायला समर्थ नाही. नवा राजा निवडायला हवा. मी माझा पुत्र दुर्योधन याची 'राजमुकुटाचा उत्तराधिकारी' म्हणून निवड केलीय. सगळ्यांचं काय मत आहे? रीतीनुसार हे योग्य आहे ना?'' धृतराष्ट्रानं विचारलं. ''सर्वांत मोठ्या मुलाला राज्याचा उत्तराधिकार सोपवला जावा, असं शास्त्र आणि परंपरा सांगते–''विदुरानं सांगितलं. ''शास्त्रानुसार युधिष्ठिराला राजमुकुट घालणं हेच योग्य आहे,'' असं ते म्हणाले.

मग धृतराष्ट्रानं सार्वमताचा आदर करून, युधिष्ठिराला आपला 'उत्तराधिकारी' म्हणून निवडलं; पण दुर्योधनाला हा निर्णय आवडला नाही. 'तात मला असं कसं डावलू शकतात? राजमुकुटावर खरा अधिकार माझा आहे. मी तो सहजासहजी युधिष्ठिराला देऊ शकत नाही.' तो मनाशी म्हणाला. पांडवांचा सूड कसा घ्यायचा, याचा तो विचार करू लागला.

दुर्योधन आपल्या शकुनीमामाला भेटायला गेला. ''वत्सा, काय अडचण आहे?'' मामानं विचारलं. ''मामा, मला राजमुकुट हवा आहे; पण ते पाच पांडव माझ्या मार्गातले अडसर आहेत. त्यांना हटवण्यासाठी काहीतरी करा-''दुर्योधन म्हणाला. ''एवढंच ना? चिंता करू नकोस. आपल्याला पहिली संधी मिळाली की, आपण त्या पांडवांना ठार करू. एकदा ते गेले की, तुझा मार्ग मोकळा झालाच म्हणून समज-'' छद्मीपणानं हसत शकुनी म्हणाला.

त्या काळी 'वारणावत' नावाचं एक छोटं शहर होतं. तिथे दरवर्षी एक भव्य प्रदर्शन आयोजित करण्यात येई. त्या वेळी 'मुख्य पाहुणे' म्हणून राजघराण्यातल्या व्यक्तींना आमंत्रण दिलं जाई. त्या वर्षीही या प्रदर्शनाचं उद्घाटन करण्यासाठी महाराजा धृतराष्ट्र आणि त्यांच्या कुटुंबीयांना बोलावलं होतं. धृतराष्ट्रानं, आपल्या वतीनं दुर्योधनानं जावं', असं सांगितलं.

दुर्योधन आणि शकुनीमामाला ही सुवर्णसंधीच वाटली. त्यांनी त्याचा पुरेपूर फायदा घ्यायचं ठरवलं. ''महाराज धृतराष्ट्रांनी पांडवांना वारणावताला पाठवावं,'' असं त्यांनी सुचवलं. ''तात, पांडवांना राजघराण्याचं प्रतिनिधित्व करू द्यावं,'' दुर्योधन म्हणाला. ''शिवाय त्यांनी आपल्या मातेलाही बरोबर न्यावं,'' शकुनीनं पुस्ती जोडली. 'त्यांना सगळ्यांना आनंदानं एकत्र राहता येईल,' असा विचार करून धृतराष्ट्राला ही कल्पना आवडली. त्यानं पांडवांना विचारलं- ''तुम्हाला वारणावताला जायला आवडेल का?'' पांडवांनी आनंदानं तो प्रस्ताव मान्य केला. दुसऱ्याच दिवशी सकाळी ते जायला निघाले.

इकडे, वारणावतची जनता समारंभाच्या तयारीत मग्न होती. हस्तिनापूरच्या राजांना राहण्यासाठी आरामदायी, उत्तम सुखसोयींनी युक्त असा सुंदर, भव्य राजवाडा उभारण्याची गरज होती. त्यासाठी अत्यंत कुशल कारागिरांना पाचारण करण्यात आलं होतं. योगायोगानं, या राजवाड्याच्या उभारणीच्या कामावर देखरेख ठेवण्याची जबाबदारी शकुनीमामावर सोपवण्यात आली. 'अरे वा! आता माझं काम फारच सोपं झालं,' त्यानं विचार केला. एक दुष्ट योजना त्याच्या मनात आली.

शकुनीनं राजवाड्याचं काम करणाऱ्याशी मुद्दाम मैत्री करून, त्याला लाच दिली. राजवाडा बांधताना बांधकामाच्या सामानात लाख, राळ, ताग, तेल, तूप असे ज्वालाग्राही पदार्थ वापरण्यासाठी त्याला पैसे दिले. पैशांच्या लोभानं तो तयार झाला. ''महाराज, तुम्ही काळजी करू नका. तुम्ही सांगाल तसंच बांधकाम होईल–''त्यानी शकुनीला आश्वासन दिलं. शकुनीनं दुर्योधनाला आपल्या कटाची माहिती दिली. ''दुर्योधना, मी वारणावताच्या कामावर माझी माणसं नेमली आहेत. पांडव जिथे रात्री विश्रांती घेणार आहेत, तो राजवाडा तीच माणसं उभारताहेत. रात्री पांडव झोपले की, आपण राजवाड्याला आग लावून देऊ–'' शकुनी म्हणाला.

शकुनीनं दुर्योधनाला आपला कट सांगितला. दुर्योधनाला फारच उत्सुकता वाटायला लागली. वारणावतातला तो राजवाडा पाहून कोणालाच शंका आली नाही. राजवाडा ज्वालाग्राही पदार्थ घालून बांधलाय, असं कोणाला कळतही नव्हतं. समारंभासाठी पांडव आले की, त्यांना राजवाड्यामध्ये घेऊन जायच्या सूचना संयोजकांना दिल्या गेल्या.

प्रदर्शनाच्या पहिल्या दिवशी माता कुंतीसह पांडव वारणावतात आले. नगरवासीयांनी

मोठ्या प्रेमानं त्यांचं स्वागत केलं. त्यांना राजवाड्यात राहण्याची विनंती करण्यात आली. पांडवांना तिथल्या धोक्याची काहीच कल्पना नव्हती.

परंतु, विदुराच्या गुप्तहेरांनी शकुनीच्या कुटिल डावाची खबर आणली होती. पांडवांना जाळून मारण्याचं कपट कारस्थान शकुनीनं केलं आहे, हे विदुराला कळलं होतं. दुर्योधनाला आणि त्याच्या दुष्ट शकुनीमामाला पांडवांबद्दल असूया आहे, अशी विदुराला नेहमीच शंका येत होती; त्यामुळे त्यानं त्यांच्यावर लक्ष ठेवण्यासाठी गुप्तहेर पाठवले होते. ''शकुनीनं या राजवाड्यात पांडवांना जिवंत जाळण्याचा डाव रचला आहे,'' असं त्यांच्या मागावर असलेल्या गुप्तहेरांनी सांगितलं. विदुर पांडवांचा हितचिंतक होता. तो सतत पांडवांना सावध करण्यासाठी आपली माणसं पाठवत असे. त्यानं वारणावताच्या राजवाड्याखाली एक भुयारी मार्ग तयार करण्याचे आदेश त्या माणसांना दिले, जेणेकरून रात्र होण्याआधीच माता कुंतीसह पांडव राजवाड्यातून गुप्तपणे बाहेर पडू शकतील.

विदुराच्या गुप्तहेरांनी गुप्तपणे पांडवांची भेट घेतली आणि शकुनीच्या भयंकर योजनेची कल्पना दिली. त्यांनी जंगलात नेणारा भुयारीमार्ग तयार केला होता. संध्याकाळ झाल्यावर पांडव कुंतीसह भुयारातून बाहेर पडले. मध्यरात्र झाली. ठरल्याप्रमाणे, शकुनीनं राजवाड्याला आग लावली. थोड्याच वेळात राजवाडा जळून भस्मसात झाला. सकाळी सगळ्यांनी हे भयानक दृश्य पाहिल्यावर पांडवांच्या अपघाती मृत्यूबद्दल शोक केला.

शकुनी आणि दुर्योधनानं आनंदानं हस्तांदोलन केलं. ''आता मी निश्चिंत झालो,'' असं म्हणून दुर्योधनानं सुटकेचा नि:श्वास सोडला. ''तुझे सगळे शत्रू कायमची विश्रांती घेत आहेत-चल, हा आनंद साजरा करू या- आता तूच हस्तिनापुराचा एकमेव राजा आहेस-'' शकुनी म्हणाला. इकडे जंगलात माता कुंतीसह पांडव सुखरूप होते. ''आपण विदुरकाकांचे आभार मानायला हवेत. केवळ त्यांच्यामुळेच आज आपण जिवंत आहोत; नाहीतर दुर्योधनानं तर आपल्याला जिवंत जाळण्याचाच कट रचला होता...'' युधिष्ठिर म्हणाला. ''दादा, आपण हस्तिनापूरला जाऊ-त्या दुर्योधनाचा गळाच धरतो-आणि...'' भीम संतापून म्हणाला.''नाही भीमा. असं करायचं नाही,'' कुंती मध्येच म्हणाली. ''आपण मेलो आहोत, असंच त्याला वाटू दे. आपण आत्ता असेच परत गेलो तर तो पुन्हा आपल्या जिवावर उठेल. मला तुम्हा मुलांचे जीव धोक्यात घालायचे नाहीत. आपण काही काळ त्यांच्यापासून लांबच राहू या.'' कुंतीनं सांगितलं. पांडवांनाही हे पटलं. वेषांतर करून, ते जंगलात पर्णकुटी बांधून राहू लागले.

# भीम-हिडिंबेचा विवाह

त्याच जंगलात महाभयंकर राक्षस हिडिंब आणि त्याची बहीण हिडिंबा राहत असत. हिडिंबाला माणसांचं ताजं मांस फार आवडत असे. त्याला जंगलात माणसांचा वास आला की, त्याच्या तोंडाला पाणी सुटायचं. आत्ताही तसंच झालं. ''हिडिंबे, जवळपास कुठेतरी माणसं आली आहेत. मला वास येतोय. जा–आणि माझ्यासाठी त्यांना मारून ताजं लुसलुशीत मांस घेऊन ये. मला खूप भूक लागलीय,'' तो म्हणाला. हिडिंबेला मात्र माणसं मारायला आवडत नसे; पण तिला तिच्या दुष्ट भावाची खूप भीतीही वाटत असे; त्यामुळे ती माणसांच्या शोधात निघाली.

माणसांच्या वासाच्या दिशेनं निघालेली हिडिंबा पांडवांच्या पर्णकुटीजवळ येऊन पोहोचली. बाकीचे पांडव आत विश्रांती घेत असल्यानं भीम बाहेर पहारा देत होता.

त्या दिव्य तरुणाला पाहताक्षणीच हिडिंबा त्याच्या प्रेमात पडली. तिनं सुंदर तरुणीचं रूप घेतलं आणि भीमासमोर गेली. या घनदाट जंगलात इतकी सुंदर स्त्री पाहून भीम चकितच झाला.

"हे सुंदरी, तू कोण आहेस? या घनदाट अरण्यात एकटं फिरताना तुला भय वाटत नाही?" भीमानं विचारलं. "नाही. हे अरण्य माझं घर आहे!" तिनं उत्तर दिलं.

इकडे हिडिंब राक्षस भुकेनं व्याकूळ झाला. 'ही हिडिंबा गेली तरी कुठे? अजून कशी आली नाही? माणसांना मारणं हिला एवढं अवघड वाटतंय की काय?' तो मनाशी म्हणाला. असाच खूप वेळ गेला; पण अजून हिडिंबा आली नव्हती. आता हिडिंब बेचैन झाला. हिडिंबेच्या शोधात निघाला.

शोधता-शोधता तो पांडवांच्या पर्णकुटीपाशी पोहोचला. सुंदर तरुणीचं रूप घेतलेली हिडिंबा त्याला भीमाशी बोलताना दिसली. "हे बलवीरा, माझा तुझ्यावर जीव जडला आहे. तू माझ्याशी विवाह करशील?" तिनं भीमाला विचारलं.

हिडिंब राक्षसाला ते सहन झालं नाही. "हिडिंबा!" तो जोरात ओरडला. "मी तुला इकडे कशाला पाठवलं होतं ते विसरलीस? मी भोजनासाठी ताटकळत बसलोय हे तुला माहीत नाही? चल– पट्कन या माणसाला मारून टाक–" हिडिंब राक्षसाचं हे बोलणं ऐकून हिडिंबा खूप घाबरली.

"मी काय सांगितलं ते तुला ऐकू नाही आलं? चल–मारून टाक त्याला–मी सांगतोय मारून टाक," हिडिंब पुन्हा ओरडला. "पण... पण... दादा... मी

त्यांना नाही मारू शकत–'' हिडिंबेचे हे शब्द ऐकून हिडिंब राक्षस जणू चवताळलाच. ''काय?'' तो खेकसला. ''हो... कारण...'' ''मूर्ख हिडिंबा– कारण, तू त्याच्या प्रेमात पडली आहेस! काय हा मूर्खपणा– थांब. आता तर मी तुम्हा दोघांनाही मारून टाकतो.'' असं म्हणून तो भीमाकडे वळला–''मरायला तयार हो,'' त्यानं गर्जना केली. ''हे इतकं सोपं नाही,'' असं म्हणत भीम त्याच्या अंगावर धावून गेला. दोघांमध्ये जोरदार हाणामारी झाली. भीमानं हिडिंबाला उचलून जमिनीवर आपटलं–हिडिंब पुन्हा उठला आणि त्वेषानं भीमावर चालून गेला. दोघंही तुल्यबळ होते. दोघंही मल्लविद्येत निपुण होते. हिडिंबाने जंगलातली मोठी झाडं उपटून भीमाच्या अंगावर भिरकावायला सुरुवात केली.

दोघांपैकी कोणीच हार मानायला तयार नव्हता. बाहेरचा हा आरडाओरडा ऐकून पर्णकुटीतून कुंती आणि इतर पांडव बाहेर आले. ''कोण हा राक्षस?'' युधिष्ठिरानं विचारलं. ''तो आपल्या भीमाशी का लढतोय?'' कुंतीला आश्चर्य वाटलं. अखेरीस, भीमानं त्या राक्षसाला ठार मारलं. ''शाब्बास भीमा!'' कुंती अभिमानानं म्हणाली. एवढ्यात, तिचं लक्ष बाजूला उभ्या असलेल्या हिडिंबेकडे गेलं. ''हे सुंदरी, तू कोण आहेस? आणि हे मल्लयुद्ध–हा सगळा काय प्रकार आहे?'' कुंतीनं विचारलं.

हिडिंबा पुढे आली. तिनं कुंतीला नमस्कार केला आणि स्वत:चं खरं रूप प्रकट केलं. तिचा दुष्ट राक्षस भाऊ भीमाला कसं मारणार होता, हेही तिनं सांगितलं. शिवाय, भीमाबद्दल वाटणाऱ्या प्रेमाची कबुली देऊन, त्याच्याशी लग्न करायची इच्छा आहे, असंही कुंतीला सांगितलं. हिडिंबेच्या प्रामाणिकपणाचं, स्पष्ट बोलण्याचं कुंतीला कौतुक

वाटलं. भीमाचे प्राण वाचवण्यासाठी तिनं आपल्या भावाचे प्राण गमावले आहेत, हे तिच्या लक्षात आलं. 'हिचं खरंच माझ्या भीमावर प्रेम आहे,' तिच्या मनात आलं. ''माते, आपण माझा स्वीकार करावा...'' हिडिंबेनं विनंती केली. तिचे डोळे पाण्यानं डबडबले होते. कुंतीनं तिला जवळ घेतलं. भीमाकडे बघत ती म्हणाली, ''भीमा, हिडिंबा तुझी पत्नी होण्यायोग्य आहे. तू तिच्याशी विवाह कर.'' भीम तयार झाला; पण त्यानं एक अट घातली– हिडिंबेला मूल झाल्यावर तो तिला सोडून जाईल, अशी ती अट होती. अट चमत्कारिक होती, तरीही हिडिंबेनं ती मान्य केली.

भीम आणि हिडिंबेचा विवाह झाला. युधिष्ठिर आणि कुंतीनं त्या दोघांना भरभरून आशीर्वाद दिले. अर्जुन, नकुल आणि सहदेवानं त्यांना मनापासून शुभेच्छा दिल्या. हिडिंबा आदर्श पत्नी होती. तिनं हर प्रकारे भीमाची सेवा करून त्याला आनंदी ठेवलं. दोघांचा संसार सुखात सुरू होता. कालांतरानं त्यांना मुलगा झाला. बाळसुद्धा सुदृढ आणि निरोगी होतं. भीमानं त्याचं नाव ठेवलं– 'घटोत्कच.' हिडिंबेच्या आनंदाला पारावार नव्हता; पण त्याच वेळी एक चिंता आणि भीती तिच्या मनात घर करून होती. कारण, भीमाच्या अटीनुसार, तो आता बाळाच्या जन्मानंतर तिला सोडून जाणार होता.

''स्वामी, मी तुमच्याशिवाय कशी जगू?'' भीमाकडे पाहून ती दु:खानं म्हणे.

पण, तिनं ती अट मान्य केली असल्यानं आता येणाऱ्या प्रसंगाला सामोरं जाण्यासाठी तिची तयारी होती. ''स्वामी, मी आपल्या मुलाला खूप चांगलं वाढवेन आणि जेव्हा जेव्हा तुम्ही त्याची आठवण कराल, तेव्हा तेव्हा तो तुमच्या समोर उभा राहील.'' तिनं भीमाला सांगितलं. हिडिंबा आणि पुत्र घटोत्कचाला सोडून भीम निघाला. पुढे घटोत्कच अतिशय बलवान आणि आज्ञाधारक मुलगा झाला.

# बकासुराचा वध

कुंती आणि पांडव आता अरण्यातून बाहेर पडले आणि जवळच्या एकचक्रानगरीत आले. आपल्याला कोणी ओळखू नये म्हणून त्यांनी ब्राह्मणाचा वेष घेतला. एके दिवशी एका दयाळू ब्राह्मण-पत्नीनं त्यांना नगरात पाहिलं आणि त्यांची दया येऊन तिनं त्यांना घरात बोलावलं. त्यांना जेवायला वाढलं. ''मुलांनो, माझं कुटुंब लहान आहे. तेव्हा तुम्हाला हवे तितके दिवस तुम्ही आमच्या घरात राहू शकता,'' ती म्हणाली. कुंतीनं तिचे आभार मानले. पांडव त्या दयाळू स्त्रीच्या घरी राहू लागले.

पांडव रोज सकाळी माधुकरी मागायला जात असत. संध्याकाळी परतल्यावर कुंतीला हाक मारून म्हणत, ''माते, हे बघ, आज आम्हाला काय मिळालं आहे.'' त्यावर कुंती म्हणे, ''बाळांनो, जे आहे ते सगळ्यांमध्ये सारखं वाटून घ्या.'' पांडवही तसंच करत. असेच दिवस जात होते. एके दिवशी सकाळी उठल्यावर, ब्राह्मण स्त्री रडत असलेली कुंतीनं बघितलं. तिला आश्चर्य वाटलं. कुंती तिच्याजवळ गेली. प्रेमानं तिच्या पाठीवर हात ठेवत तिनं विचारलं– ''बाई, तुम्ही का रडताय? सगळं ठीक आहे

ना? काही विपरीत घडलंय का?'' ब्राह्मण स्त्री काही न बोलता रडतच होती. कुंतीनं तिला मायेनं जवळ घेतलं आणि तिला शांत केलं. ''आज एक राक्षस माझ्या मुलाला खाणार आहे,'' तिनं सांगितलं.

''राक्षस खाणार आहे? म्हणजे काय?'' कुंती बुचकळ्यात पडली.

''ताई, जवळच्या जंगलात बकासुर नावाचा राक्षस राहतो. तो रोज नगरात यायचा आणि वाटेल तितकी माणसं खाण्यासाठी मारायचा. हे थांबवण्यासाठी आम्ही नगरवासीयांनी त्याला रोज अन्न पुरवायचं कबूल केलं. तेव्हापासून रोज सकाळी एका घरातून गाडाभर अन्न घेऊन एकजण जातो. तो दुष्ट राक्षस त्याच्याबरोबरच गाडा ओढणाऱ्या बैलांनासुद्धा फस्त करतो. आज गाडाभर अन्न घेऊन जाण्याची पाळी माझ्या मुलाची आहे. म्हणून मी दुःखी आहे-''ब्राह्मण स्त्रीनं आपली व्यथा बोलून दाखवली.

कुंतीनं तिचं सगळं म्हणणं शांतपणे ऐकून घेतलं. ''हे पाहा ताई, तुम्ही मुळीच चिंता करू नका. तुमचा मुलगा त्या राक्षसाचं भक्ष्य होणार नाही.'' ती म्हणाली. ''पण हे कसं शक्य आहे?'' ब्राह्मण स्त्रीनं काळजीनं विचारलं. ''माझा मुलगा जर राक्षसासाठी गाडाभर अन्न घेऊन गेला नाही, तर तो राक्षस इथे येऊन सगळ्यांचा जीव घेईल हो!'' ती म्हणाली. ''असं काहीही होणार नाही. घाबरू नका. तुमच्या मुलाऐवजी माझा मुलगा भीम अन्नाचा गाडा घेऊन त्या राक्षसाकडे जाईल आणि या नगराला त्या राक्षसाच्या तावडीतून कायमचं सोडवेल. माझी खात्री आहे-'' कुंती म्हणाली. ''नाही नाही. माझ्या मुलाचा जीव वाचवण्यासाठी मी तुमच्या मुलाचा बळी देणार नाही.'' ती स्त्री म्हणाली; पण कुंतीनं तिचं म्हणणं ऐकलं नाही. तिनं भीमाला अन्नाचा गाडा घेऊन त्या राक्षसाकडे जायला सांगितलं. भीम पोहोचताच त्याला पाहून राक्षसानं गर्जना केली-''चल, लवकर ये. मला खूप भूक लागली आहे.''

हे ऐकल्यावर भीमानं बैलगाडी उभी केली आणि खाली उतरून त्यातलं अन्न स्वत:च खाऊ लागला. ''ए ऽ मूर्ख माणसा, हे अन्न माझ्यासाठी आहे. तुला ठाऊक नाही? माझं अन्न खायचं धाडस तू कसं काय करू शकतोस?'' राक्षसानं चवताळून विचारलं. भीमानं त्याच्याकडे ढुंकूनही पाहिलं नाही. उलट, तो खातच राहिला. आता मात्र बकासुर फारच संतापला. ''माझं अन्न खाऊन तू स्वत:च्या मृत्यूला आमंत्रण दिलं आहेस. आता तू माझं अन्न व्हायला तयार हो.'' तो गरजला. अन् भीमाच्या अंगावर धावून गेला. भीम पूर्ण सावध होता. तो झट्कन मागे वळला आणि बकासुराला त्यानं ठोसा लगावला. ''दुष्ट राक्षसा, आता तुला अन्नाची गरजच लागणार नाही. तुझा खेळ आता संपला–''असं म्हणून, भीमानं त्या दुष्ट राक्षसाशी लढून त्याला यमसदनाला धाडलं. बैलगाडी घेऊन तो नगरात परतला. त्याला सुखरूप परत आलेलं पाहून कुंतीला आनंद झाला. ब्राह्मण स्त्रीनं सुटकेचा नि:श्वास सोडला. एकचक्रानगरीतल्या सगळ्यांना ही वार्ता कळली. सगळेजण खूप आनंदी झाले. सगळ्यांनी भीमाचे आभार मानले आणि ''एकचक्रानगरीच्या रक्षणकर्त्याचा विजय असो'' अशा घोषणा देऊन आनंद व्यक्त केला!

# द्रौपदी - स्वयंवर

अजूनही पांडव त्या ब्राह्मण कुटुंबातच राहत होते. एके दिवशी सकाळीच एक ऋषी तिथे आले. पांचाल देशाचा राजा द्रुपद यानं आपल्या रूपवान आणि धाडसी मुलीचं– द्रौपदीचं स्वयंवर मांडलं आहे, अशी वार्ता त्यांनी सांगितली. ''स्वयंवराचा पण केवळ सर्वश्रेष्ठ धनुर्धरच जिंकू शकतो. अशा धनुर्धराशी द्रौपदीचा विवाह होईल,'' ते म्हणाले. हे ऐकून पांडवांना आनंद झाला. ''चला, आपण पांचाल देशी जाऊ या. आपल्या अर्जुनानं या स्वयंवरात भाग घ्यायलाच हवा. तो सर्वोत्तम धनुर्धर आहे'' भीम म्हणाला. युधिष्ठिर, नकुल आणि सहदेव यांचंही असंच म्हणणं होतं.

दुसऱ्या दिवशी पहाटेच पांडव पांचाल देशाकडे जायला निघाले. तिथे गेल्यावर ते स्वयंवराच्या भव्य सभागृहात पोहोचले. देशोदेशींचे राजे आणि राजपुत्र स्वयंवरात भाग घ्यायला आले होते. प्रत्येकजण द्रौपदीशी विवाह करायला उत्सुक होता. सगळेजण आपले राजमुकुट ठाकठीक करण्यात आणि अंगावरची उंची वस्त्रं– उत्तरीय सावरण्यात गर्क होते. कोणी चेहरा नीट आहे ना–ते बघत होते. 'आपण उत्तमच दिसायला हवं,' असं प्रत्येकाला वाटत होतं.

पांडव मात्र त्या सभागृहात शांतपणे बसले होते. त्यांनी सभागृहात जमलेल्या राजेरजवाड्यांवर एक नजर टाकली, तर त्यांना दुर्योधन आणि कर्ण तिथे बसलेले दिसले. 'मला वाटलंच होतं– हे दोघं इथे येणारच!' भीम अर्जुनाच्या कानात पुटपुटला. 'बरं झालं. आपण इथे ब्राह्मणवेषात आलो ते! म्हणजे आपल्याला 'पांडव' म्हणून इथे कोणीच ओळखणार नाही ना– 'अर्जुन हळूच म्हणाला.

स्वयंवराच्या सभागृहाची सुंदर सजावट नजरेत भरत होती. सभागृहाच्या मध्यभागी एक खांब उभा केला होता. त्याच्या वरच्या टोकाला एक फिरती तबकडी होती. तबकडीच्या मध्यावर एक मोठा लाकडी मासा अडकवला होता. खांबाच्या खालच्या टोकाला पाण्यानं भरलेली मोठी तबकडी होती. खांबाच्या शेजारच्या चौरंगावर सुंदर, दिव्य धनुष्य-बाण ठेवला होता.

द्रौपदीनं सभागृहात प्रवेश केला आणि ती आपल्या वडिलांच्या– महाराज द्रुपदांच्या शेजारच्या आसनावर बसली. तिचं अनुपम सौंदर्य पाहून सगळेच स्तब्ध झाले. द्रुपदांच्या बाजूला, दुसऱ्या आसनावर त्यांचा पुत्र युवराज धृष्टद्युम्न बसला होता. सभागृहात आणखी एक सन्माननीय अभ्यागत होता– श्रीकृष्ण– द्रौपदीचा मानलेला भाऊ! महाराज द्रुपदांनी उपस्थित राजेरजवाड्यांचं मोठ्या उत्साहानं स्वागत केलं. 'अभ्यागत हो, आता द्रौपदीच्या स्वयंवराला प्रारंभ होत आहे. ज्यांना यामध्ये सहभागी व्हायचं आहे, त्यांच्यासाठी मी या स्वयंवरासाठीच्या पणाची घोषणा करतो. प्रत्येकानं पुढे येऊन चौरंगावरचा धनुष्य-बाण घेऊन या स्तंभाजवळील पाण्यात, वरच्या तबकडीवरच्या फिरणाऱ्या माशाचं प्रतिबिंब पाहून, त्या माशाच्या फक्त डोळ्याचा वेध घ्यायचा आहे. जो असा अचूक वेध घेईल, त्याच्या गळ्यात द्रौपदी वरमाला घालेल,' द्रुपदानं जाहीर केलं. पहिला राजपुत्र पुढे आला. खूप प्रयत्न करूनही, त्याला चौरंगावरचा धनुष्य-बाणसुद्धा उचलता येईना. त्यानंतर येणाऱ्या बहुतेक सर्वच वीर राजा-महाराजांची अशीच फजिती झाली.

आता अंगराज कर्णाची पाळी आली. कर्ण त्याच्या आसनावरून उठला. दुर्योधनानं

हसून त्याला शुभेच्छा दिल्या. कर्णानं द्रुपद राजासमोर जाऊन त्याला वंदन केलं; सभागृहातल्या इतर मान्यवर राजांना अभिवादन केलं आणि दमदारपणे पावलं टाकीत तो धनुष्य-बाण ठेवलेल्या चौरंगापाशी गेला. त्यानं तो दिव्य धनुष्य-बाण सहजपणे उचललेला पाहून सगळे चकित झाले.

द्रौपदी तत्क्षणी आपल्या आसनावरून उठली. ''सर्व उपस्थित मान्यवरांना मला काही सांगायचंय–'' ती म्हणाली. सगळेच नवलानं एकमेकांकडे पाहू लागले.

संपूर्ण सभागृहात मिनिटभर शांतता पसरली. ''सूतपुत्राशी विवाह करायला मी तयार नाही–'' शांततेचा भंग करत द्रौपदीनं जाहीर केलं. कर्णानं माघार घेतली. त्याच्या अशा अपमानानं दुर्योधन संतापला. ''गर्विष्ठ राजकन्ये, हा अन्याय आहे! माझ्या मित्राचा–अंगराज कर्णाचा असा अवमान करण्याचा तुला काहीही अधिकार नाही–'' तो गरजला. त्यावर द्रौपदी उत्तरली, ''तो तुझा मित्र असेल–पण, तो राजा झाला आहे ते केवळ तुझ्या दयेमुळे. सूतपुत्र हीच त्याची मूळ आणि खरी ओळख आहे. हे स्वयंवर फक्त राजघराण्यातल्या व्यक्तींसाठी आणि तेच रक्त असणाऱ्या राजपुत्रांसाठी आहे. तेच फक्त यात भाग घेऊ शकतात. कर्ण त्यासाठी लायक नाही.'' सगळे गप्प झाले. दुर्योधन आणि कर्णाला आणखी अपमान सहन करणं शक्य नव्हतं. ते दोघंही सभागृहामधून बाहेर पडले.

मत्स्यभेदासाठी इतर सहभागी राजे पुढे येत होते; पण कोणीच ते धनुष्यही उचलू शकले नाही, तर मत्स्यभेद दूरच राहिला. बहुतेक सर्वांनीच हार पत्करल्यावर भीमानं अर्जुनाला उठवलं. अर्जुन उठला. शांतपणे सभागृहाच्या मध्यभागी जाऊन उभा राहिला. सगळेजण डोळे विस्फारून बघत होते.

''अरे ब्राह्मणा, तुझ्या धाडसाचं कौतुकच करायला हवं. तुला राजकन्या द्रौपदीचा हात हवाय? तेसुद्धा इथे इतके निपुण धनुर्धर हरले असताना! वा वा!'' असं म्हणून 'खो-खो' हसत सगळ्यांनी ब्राह्मणवेषातल्या अर्जुनाची खिल्ली उडवली.

अर्जुन मात्र शांतपणे धनुष्य-बाणाच्या चौरंगाकडे गेला. ''ए ब्राह्मण भटा, अजूनही मागे फीर-'' एकजण ओरडला; पण कृष्णानं अर्जुनाला ओळखलं होतं. 'हा माझा सर्वश्रेष्ठ धनुर्धर अर्जुनच आहे-' तो हसून मनाशीच म्हणाला.

अर्जुनानं दिव्य धनुष्याला वंदन केलं आणि क्षणात ते उचललं. गुडघा टेकून तो खाली बसला आणि वरच्या तबकडीवर फिरणाऱ्या माशाकडे बघितलं. महाराजा द्रुपद आश्चर्यानं हे सगळं बघत होते. ते गोंधळले होते. अर्जुनच आपला जावई व्हावा, असं त्यांनाही वाटत होतं; पण हा कोण ब्राह्मणकुमार इथे आला आहे? वेषावरून तो ब्राह्मण वाटत होता; पण त्याची शरीरयष्टी आणि त्याच्या क्रियांवरून तो उत्तम धनुर्धर वाटत होता.

सगळेजण आपसांत कुजबुजायला लागले- 'काय रे, याला जमेल?' 'हा स्वत:चंच हसू करून घेणार आहे.' सगळे कुत्सितपणे हसत होते. द्रौपदीसुद्धा गोंधळून गेली होती. तिने कृष्णाकडे पाहिलं. कृष्णाच्या ओठांवर हसू होतं. 'तुझ्या मनात असलेला वीरपुरुष आला आहे-' त्याचं हसणं जणू हेच सांगत होतं. 'वा!' असं म्हणत द्रौपदीनंही नि:श्वास सोडला.

एवढ्यात अर्जुनानं धनुष्यावर बाण चढवला आणि सोडला–थेट नेम धरून! अचूकपणे! 'मला खात्री होतीच,' असं कृष्णानं मान डोलवत द्रौपदीकडे पाहत सुचवलं. मनात कुठलीही शंका न ठेवता, द्रौपदी अर्जुनाकडे चालत गेली आणि तिनं त्याच्या गळ्यात वरमाला घातली.

सगळीकडून ब्राह्मणपुत्रावर अभिनंदनाचा वर्षाव झाला; पण काहीजणांनी मात्र स्वयंवरात ब्राह्मणपुत्र भाग घेऊ शकत नाही, असा आक्षेप घेतला. 'त्याचा विजय ग्राह्य धरता येणार नाही. ही स्पर्धा फक्त क्षत्रियांसाठीच होती.' ते म्हणाले; पण कृष्णानं आपला निर्णयाचा अधिकार बजावला आणि पांडवांना आणि द्रौपदीला एकचक्रानगरीतून बाहेर पडण्यासाठी मदत केली. आपल्या मुलीचा पण जिंकणारा ब्राह्मणपुत्र खरा कोण आहे, हे द्रुपद राजाला जाणून घ्यायचं होतं; त्यामुळे त्यानं आपल्या मुलाला–धृष्टद्युम्नाला अर्जुन आणि द्रौपदीच्या पाठोपाठ जायला सांगितलं.

पांडव त्यांच्या पर्णकुटीच्या दारात उभे होते–आणि म्हणाले, ''आई, कुठं आहेस तू? हे बघ, आज आम्ही काय घेऊन आलो आहोत–'' कुंती घरात काही कामात होती. आपल्या मुलांनी काहीतरी भिक्षा आणली असेल असं समजून, ती आतूनच म्हणाली, ''जे काही असेल, ते सगळ्यांनी एकसारखं वाटून घ्या रे!''

तिनं बाहेर येऊन बघितलं–तर काय! अर्जुन सुनेला घेऊन आला होता. आपण बोलून केवढी मोठी चूक केली, हे तिच्या लक्षात आलं; पण आता ती आपले शब्द मागे घेऊ शकत नव्हती. पांडव नेहमीच त्यांच्या आईचा शब्द पाळत असत. तिच्या

आज्ञेचं पालन करत असत. या वेळीसुद्धा त्यांनी तसंच केलं. अशा तऱ्हेनं द्रौपदी 'पाच पांडवांची पत्नी' झाली. पांडव जिवंत आहेत आणि द्रुपद राजाच्या पसंतीनुसार अर्जुनच त्यांचा जावई झाला आहे, हे पाहून धृष्टद्युम्नाला खूप आनंद झाला. तो तसाच वडिलांकडे आला. त्यांना सगळा वृत्तान्त सांगितला. राजा द्रुपदालाही सगळं ऐकून समाधान वाटलं. अत्यानंद झाला. काही दिवसांनी कृष्ण आणि त्याचा मोठा भाऊ बलराम आपल्या आत्याला–कुंतीला भेटायला एकचक्रानगरीत आले. ''आत्या, तुम्ही सर्वजण सुखरूप आहात, हे पाहून फार बरं वाटलं,'' बलराम म्हणाला. त्यानं आणि कृष्णानं पाचही भावंडं आणि द्रौपदीला प्रेमानं आशीर्वाद दिला. शिवाय, पांडवांना मदत करण्याचं त्यांनी कुंतीला आश्वासनही दिलं. कुंतीनं कृष्ण आणि बलरामाला मायेनं आणि कृतज्ञतेनं जवळ घेतलं.

# इंद्रप्रस्थाचं राज्य

इकडे, कुंती आणि तिची पाचही मुलं जिवंत आहेत, इतकंच नव्हे–तर अर्जुनानं स्वयंवरातील पण जिंकून द्रौपदीशी विवाह केला आहे, अशी वार्ता सगळीकडे पसरली. ती ऐकून सगळ्यांना आनंदच वाटला. तो त्यांनी साजराही केला. हस्तिनापुरातही ही वार्ता कळली. ती ऐकून दुर्योधन आणि शकुनीला धक्काच बसला. ''हे कसं शक्य आहे? वारणावताचा राजवाडा जाळण्यात आला, त्यात पांडव जळून भस्मसात झाले, कोणीही जिवंत राहिलं नाही, याची माझ्या विश्वासू माणसांनी खातरजमा करून घेतली होती. मग हे असं कसं काय झालं? त्यांनी आपल्याला मूर्ख बनवलं–'' शकुनी दातओठ खात किंचाळला.

पांडव हस्तिनापूरला परत यावेत, म्हणून धृतराष्ट्र आणि गांधारीनं त्यांना आनंदानं बोलावणं पाठवलं. धृतराष्ट्राच्या आमंत्रणावरून कुंती आपले पाच पुत्र, द्रौपदी आणि कृष्णासह हस्तिनापूरला आली. विदुर, पितामह भीष्म, कृष्ण आणि द्रोणाचार्य यांनी धृतराष्ट्राला सल्ला दिला की, या प्रसंगी त्यानं पांडवांना त्यांच्या वाट्याचं राज्य देऊन त्यांचा सन्मान करावा.

पांडवांचा अर्ध्या राज्यावर हक्क आहे, असं विदुराचं मत होतं. पितामह भीष्मांनीही त्यांना दुजोरा दिला; पण काहीही निर्णय घेण्यासाठी, धृतराष्ट्राला आपला मुलगा दुर्योधन

याच्याशी सल्लामसलत करायची इच्छा होती. आपल्या घरातल्या वडील मंडळींना पांडवांना अर्धं राज्य द्यायचं आहे, हे कळल्यावर दुर्योधन रागानं बेभान झाला. ''असं कसं त्यांना अर्धं राज्य द्यायचं? हा अति न्याय नाही? आपण त्यांच्यावर जरा जास्तच दया करतोय, असं नाही वाटत?'' त्यानं ओरडून विचारलं. खरंतर पांडवांना अर्धं राज्य देणं हे नीतिमत्तेला धरून आहे, असं धृतराष्ट्रालाही वाटत होतं; पण दुर्योधनासमोर त्याचं काही चाललं नाही. त्याला दुर्योधनाला दुखवायचं नव्हतं.

''दुर्योधना, आपल्याला त्यांना थोडीतरी भूमी द्यावीच लागेल ना,'' धृतराष्ट्र म्हणाला. आधी दुर्योधनाला हे मुळीच मान्य नव्हतं; पण वडीलधाऱ्या मंडळींनी फारच गळ घातल्यानं, त्यानं 'खांडवप्रस्थ' पांडवांना द्यायचं कबूल केलं. खांडवप्रस्थ हा भूभाग घनदाट जंगलांचा, नापीक होता आणि आता तर तिथे भयंकर राक्षस आणि जंगली श्वापदांचा निवास होता. 'त्या पांडवांना तिथे जाऊन मरू दे–' दुर्योधन मनात म्हणाला. 'राजवाड्याचं सुख उपभोगण्याची पांडवांची लायकीच नाही–' असं त्याचं म्हणणं होतं.

धृतराष्ट्रानं युधिष्ठिराला बोलावून घेतलं आणि 'पांडवांचं नवं राज्य' म्हणून 'खांडवप्रस्थ' त्याच्याकडे सुपूर्द केलं. खांडवप्रस्थ हा भूभाग घनदाट जंगलांनी आणि जंगली श्वापदांनी व्यापलेला आहे, तिथे कोणत्याही प्रकारची वस्ती किंवा व्यापाराची साधनं नाहीत; तिथे जगणं फारच अवघड आहे, हे युधिष्ठिराला माहीत होतं; पण तो अत्यंत नम्र, आज्ञाधारक आणि वडीलधाऱ्यांचा मान राखणारा असल्यानं त्यानं खांडवप्रस्थाचा 'आपलं नवं राज्य' म्हणून स्वीकार केला. खांडवप्रस्थाचा राजा म्हणून त्याचा रीतसर राज्याभिषेक झाला. पितामह भीष्म आणि महाराज धृतराष्ट्रांनी पांडवांना आशीर्वाद दिले.

दुसऱ्याच दिवशी पांडवांनी खांडवप्रस्थाकडे प्रस्थान ठेवलं. श्रीकृष्णही त्यांच्याबरोबर

होता. सगळे तिथे पोहोचले. चोहीकडे घनदाट अरण्य, मोठमोठे वृक्ष, जंगली श्वापदं, सरपटणारे विषारी प्राणी होते. ''इथे कोणीच माणूस येणार नाही. चोर, लुटारू आणि राक्षसांनी या भूमीवर धुमाकूळ घातला आहे असं मी ऐकलंय–'' भीम म्हणाला. ''भीमा, चिंता करू नकोस. आपण सगळे मिळून काम करू आणि ही भूमी राहण्यायोग्य करू. तिचं रूप पालटून टाकू–'' युधिष्ठिर म्हणाला.

प्रत्येकजण आपल्या कामात गुंतला. ''आधी आपण हे जंगल साफ करू–'' कृष्ण आणि अर्जुन म्हणाले. ''ठीक आहे. आधी हा उंच, गुळगुळीत खडक वाटेतून बाजूला करतो.'' भीम म्हणाला. या कामाला कुठून सुरुवात करावी, असा विचार अर्जुन आणि कृष्ण करत होते. एवढ्यात, अचानक त्यांना अस्फुट किंकाळी ऐकू आली. त्यांनी वळून पाहिलं–एक वृद्ध, कृश माणूस त्यांच्या दिशेनं येताना दिसला. ''मला मदत करा–''असं म्हणत तो दीनपणे रडायला लागला. तो जवळ आला. ''हे वृद्धा, तू कोण आहेस? इथे या जंगलात तू काय करतोस?'' कृष्णानं विचारलं. ''देवा, मी अग्निदेव. मी संकटात आहे. एका वादविवादात मी देवराज इंद्रापेक्षा सरस ठरलो, तेव्हापासून तो मला त्रास देत आहे. त्यानं कित्येक दिवसांपासून मला अन्नाचा एक घासही खाऊ दिलेला नाही. मी शक्तिहीन झालो आहे. माझी कशी वाईट अवस्था झाली आहे, ते तुम्ही बघतच आहात. मला आता त्याच्या तावडीतून सुटायचं आहे. कृपया मला मदत करा–'' अग्निदेवांनी प्रार्थना केली.

अग्निदेव त्यांच्या मूळ रूपात प्रकट झाले. ''आम्ही आणखी काही मदत करू शकतो का?'' अर्जुनानं गोंधळून जाऊन विचारलं. ''होय. फक्त तुम्हा दोघांसारखे वीरच मला मदत करू शकतात. मला माझी भूक शांत करण्यासाठी हे सगळं अरण्य खायचं आहे; पण इंद्र मला तसं करू देत नाही. तुम्ही जर इंद्राला दूर ठेवू शकलात तरच हे शक्य आहे.'' अग्निदेव

म्हणाला.

त्यावर कृष्ण उत्तरला, ''इंद्राशी लढणं हे सोपं काम नाही. त्याला निष्प्रभ आणि पराभूत करण्यासाठी आम्हाला दैवी शक्ती आणि कौशल्य लागेल.'' हे ऐकून अग्नीनं क्षणभर डोळे मिटले आणि दुसऱ्या क्षणी त्याच्या हातांत दिव्य शस्त्रं आली. तो अर्जुनाला म्हणाला, ''हे न तुटणारं–अभंग राहणारं गांडीव धनुष्य आहे. याचा स्वीकार करा.'' याशिवाय त्यानं अर्जुनाला कधीच न संपणाऱ्या–अक्षय्य बाणांचे दोन भाते दिले.

मग श्रीकृष्णाकडे वळून अग्नी म्हणाला–''भगवंता, मी हे दिव्य सुदर्शनचक्र तुम्हाला अर्पण करतो. शिवाय, या कौमोदकी गदेचा आपण स्वीकार करावा.'' श्रीकृष्ण आणि अर्जुनाने अग्निदेवाचे आभार मानले. ती दिव्य अस्त्रं घेऊन ते इंद्राला अडवण्यासाठी निघाले आणि इकडे अग्नीनं ज्वाळा पसरवत ते अरण्य खायला सुरुवात केली. तो इतका भुकेला होता की, काही क्षणांतच सारं अरण्य अग्नीच्या भक्ष्यस्थानी पडलं.

काही वेळानं कृष्ण व अर्जुन परतले, तोवर सगळी झाडंझुडपं, वेली, गवत सगळं काही जळून राख झालं होतं. अरण्याची भूमी साफ, निर्वेध करण्याचं आपलं काम अशा तऱ्हेनं आपोआपच झाल्याचं पाहून कृष्ण आणि अर्जुनाला आनंद झाला.

एवढ्यात, पुन्हा एकदा कोणाचीतरी मदतीसाठी हाक ऐकू आली. एक राक्षस घाबरून त्यांच्याच दिशेनं पळत येताना त्यांना दिसला. तो होता–अनेक वर्षं त्या जंगलात राहणारा मयासुर. त्यानं धावत येऊन अर्जुनाचे पाय धरले. ''महाराज, अग्नीनं माझं घर गिळलं आणि आता तो मलाही गिळायला आतुर झाला आहे. कृपया माझं रक्षण करा. मला त्याच्यापासून वाचवा–'' मयासुरानं याचना केली.

''अर्जुना, शरण आलेल्याचं रक्षण करणं, हे तुझं कर्तव्य आहे. मयासुराला तू जीवदान द्यायला हवंस.'' कृष्ण म्हणाला. अर्जुनानं अग्निदेवाला तशी विनंती केली. त्यानंही ती मान्य केली आणि मयासुराला सोडून दिलं. मयासुरानं सुटकेचा निःश्वास

सोडला आणि कृष्ण-अर्जुनाचे आभार मानले.

"मी तुमच्या उपकारांची परतफेड करेन. अर्जुना, मला वास्तू उभारणीची दैवी देणगी लाभली आहे. मला तुम्हा सर्वांसाठी अद्‌भुत राजवाडा बांधण्याची परवानगी द्या–" मयासुर म्हणाला. अर्जुनानं आनंदानं त्याची ही विनंती मान्य केली. मयासुरानं आपल्या दैवी शक्तीनं पांडवांसाठी सुंदर, भव्य राजवाडा उभारायला सुरुवात केली. त्या राजवाड्याभोवतीच्या परिसरात निसर्ग फुलला. हरीण-सशांसारखे प्राणी मऊशार गवतावर बागडू लागले.

राजवाड्याचं काम पूर्ण झालं. एवढा सुंदर, भव्य राजवाडा बांधून दिल्याबद्दल पांडवांनी मयासुराचे आभार मानून त्याला प्रेमानं निरोप दिला. "आपण या भूमीला आता इंद्रप्रस्थ म्हणू या–" कृष्ण म्हणाला. पांडवांना ही कल्पना आवडली. तेव्हापासून खांडवप्रस्थ 'इंद्रप्रस्थ' म्हणून नावारूपाला आलं. युधिष्ठिरानं तीच नगरी 'आपली राजधानी' म्हणून जाहीर केली. न्यायी पांडवांना आणि त्यांच्या इंद्रप्रस्थ नगरीला सर्व देव-देवतांनी आशीर्वाद दिले. पांडवांबद्दल प्रेम आणि आदर असणारे नागरिक हस्तिनापुरातून स्थलांतरित होऊन, नव्या इंद्रप्रस्थ नगरीत राहायला आले. अनेक ऋषिमुनीही या नगरीला भेट देत. थोड्याच दिवसांत इंद्रप्रस्थ ही हस्तिनापुराइतकीच 'वैभवशाली' नगरी झाली. नव्या राज्यात पांडव स्थिरस्थावर झाल्याचं पाहून कृष्णानं त्यांचा निरोप घ्यायचं ठरवलं. "आता मला माझ्या राज्यात परत जायला हवं; पण जेव्हा जेव्हा तुम्हाला माझ्या मदतीची गरज भासेल, तेव्हा तेव्हा मी तुमच्यासाठी येईन," असं म्हणून कृष्णानं द्वारकेला जाण्यासाठी पांडवांचा

निरोप घेतला.

युधिष्ठिर अत्यंत न्यायी आणि कुशल प्रशासक होता. शेजारच्या प्रांतांच्या राजांनी त्याच्याकडे मैत्रीचे प्रस्ताव पाठवले. लहान प्रांतांच्या राजांनी युधिष्ठिराचं सार्वभौमत्व मान्य करून, त्याला आपला सम्राट मानलं. त्याचा एकछत्री अंमल स्वीकारला. पांडवांच्या शांततापूर्ण धोरणांमुळे सर्वांनीच त्यांना पाठिंबा दिला.

थोड्याच कालावधीत इंद्रप्रस्थ 'सर्वांत शक्तिशाली राज्य' म्हणून प्रसिद्ध झालं. युधिष्ठिर 'सर्वश्रेष्ठ राज्यकर्ता' म्हणून सर्वमान्य ठरला. राज्यकारभार आणि इतरही अनेक बाबींमध्ये पांडवांना योग्य मार्गदर्शन करण्यासाठी श्रीकृष्ण वरचे - वर इंद्रप्रस्थाला भेट देत असे. पाचही पांडव बंधूंमध्ये अर्जुन हा श्रीकृष्णाचा जास्त जवळचा, जिवलग सखा होता. ते एकमेकांचे मित्र होते, बंधू होते आणि त्यांच्यात गुरू-शिष्याचंही अनोखं नातं होतं.

# अर्जुन-सुभद्रा विवाह

श्रीकृष्णाची धाकटी बहीण सुभद्रा. ती अतिशय सुंदर आणि बुद्धिमान होती. एके दिवशी ती देवळात जात असताना, एक देखणा तरुण तिच्या दृष्टीस पडला. तत्क्षणी तिचं त्याच्यावर प्रेम बसलं. ती ज्या तरुणाच्या प्रेमात पडली होती, तो दुसरा-तिसरा कोणी नसून अर्जुन होता. तो कृष्णाला भेटण्यासाठी द्वारकेला आला होता. अर्जुनाचंही सुभद्रेवर मन जडलं. दोघांनी एकमेकांसमोर आपलं प्रेम व्यक्त केलं आणि विवाह करण्याच्या आणाभाका घेतल्या.

अर्जुन-सुभद्रेच्या प्रेमाबद्दल ऐकल्यावर कृष्णालाही खूप आनंद झाला. 'माझ्या बहिणीसाठी शूर वीर अर्जुन ही सर्वोत्तम निवड आहे,' त्याला वाटलं. कृष्णाचा मोठा भाऊ बलराम याला अर्जुन-सुभद्रेच्या प्रेमाबद्दल काहीच कल्पना नव्हती; त्यामुळे त्यानं आधीच दुर्योधनाशी सुभद्रेचा विवाह करायचं निश्चित केलं होतं. एके दिवशी बलराम कृष्णाकडे आला– ''कृष्णा, आता आपली बहीण विवाहयोग्य झाली आहे. तिचा विवाह करून द्यायला हवा.''

''अगदी बरोबर–'' कृष्ण म्हणाला.

“मी तिच्यासाठी दुर्योधनाची निवड केली आहे,” बलरामानं सांगितलं. हे ऐकून कृष्णाला धक्काच बसला. बलरामाची निवड त्याला मान्य होणं शक्यच नव्हतं; परंतु आत्ता ते स्पष्ट सांगण्याची योग्य वेळही नव्हती. कारण, बलरामानं वडीलबंधू या नात्यानं निर्णय घेऊनही टाकला होता; त्यामुळे, त्या वेळी कृष्ण काहीच बोलला नाही.

‘दुर्योधन अत्यंत कपटी, दुष्ट आणि धूर्त आहे. सुभद्रा त्याच्याबरोबर कधीच सुखी होऊ शकणार नाही.’ असं त्या रात्री विचार करताना कृष्णाच्या मनात आलं; पण बलरामाला निर्णय बदलायला लावणं केवळ अशक्य होतं. ‘अर्जुन आणि सुभद्रेला एकत्र आणण्यासाठी मलाच काहीतरी मार्ग काढायला हवा–’ कृष्णानं मनाशी ठरवलं. दुसऱ्या दिवशी तो सुभद्रेला भेटला. बलरामानं दुर्योधनाशी तिचा विवाह करून द्यायचं योजल्याचं तिला सांगितलं. सुभद्रेलाही या गोष्टीचा धक्का बसला. तिला खूप वाईट वाटलं. तिनं आधीच अर्जुनाला आपलं हृदय दिलं होतं. आता ती दुसऱ्या कोणाचा पती म्हणून कसा स्वीकार करू शकणार होती? “सुभद्रे, अर्जुनाबरोबर पळून जा– बहुधा आत्ता तरी हा एकच मार्ग दिसतोय–”कृष्ण तिला म्हणाला. “पण... कृष्णा, मी बलरामदादाच्या विरोधात कशी जाऊ?” सुभद्रेनं विचारलं. “काळजी करू नकोस. आपण त्याच्या विरोधात जाणारच नाही आहोत. उलट, असा अनर्थ घडवण्यापासून आपण त्याला थोपवणार आहोत. दुर्योधन पती म्हणून तुझ्यासाठी मुळीच योग्य नाही,” कृष्ण म्हणाला.

कृष्णाच्या सल्ल्याप्रमाणे, सुभद्रा आणि अर्जुन द्वारकेहून पळून जाऊन विवाहबद्ध झाले. लवकरच, ही वार्ता बलरामाच्या कानावर गेली. “सुभद्रा असं कसं करू शकली?

माझी लाडकी बहीण मला अशी शरमेनं मान खाली घालायला लावेल असं मला स्वप्नातही वाटलं नव्हतं–'' बलराम रागानं बेफाम होऊन ओरडू लागला.

''दादा, तुझा राग योग्य आहे; पण तू पुन्हा एकदा विचार कर. सुभद्रेनंच आपल्याला फार मोठ्या अपमानास्पद अनर्थापासून वाचवलं आहे, हे लक्षात घे.'' कृष्ण बलरामाला समजावू लागला. ''म्हणजे? तुला काय म्हणायचंय तरी काय? असा कोड्यात बोलू नकोस. जे मनात आहे, ते स्पष्टपणे बोल–'' बलराम रागातच म्हणाला.

कृष्ण त्याला सांगू लागला– ''दादा, दुर्योधन हाच एक मोठा अनर्थ आहे. राक्षसी महत्त्वाकांक्षा असणारा दुर्योधन अत्यंत लोभी आहे. स्वार्थ साधण्यासाठी तो कोणत्याही थराला जाऊ शकतो. आपल्या लाडक्या सुभद्रेचं त्याच्यासारख्या दुष्टाशी लग्न करून देणं म्हणजे तिला दुःख आणि यातनांच्या खाईत लोटण्यासारखं होतं. शिवाय, सुभद्रेनं आधीच आपला पती म्हणून अर्जुनाची निवड केली होती. त्याच्याखेरीज ती कोणाहीबरोबर सुखी राहू शकली नसती.''

अर्जुनाचीच निवड योग्य निवड आहे, हे बलरामालाही कळलं. त्यानं सुभद्रेला माफ केलं आणि अर्जुनाला 'मेहुणा' म्हणून मनापासून स्वीकारलं. कृष्ण आणि बलरामाचा आशीर्वाद घेऊन हे नवपरिणित दांपत्य इंद्रप्रस्थाला परतलं. अर्जुन आणि सुभद्रा खूप आनंदात होते. लवकरच, सुभद्रा गर्भवती झाली. एकदा रात्री ती खूप बेचैन झाली. ''नाथ, मला अस्वस्थ वाटतंय,'' ती अर्जुनाला म्हणाली. तिचं मनोरंजन करण्यासाठी अर्जुनानं तिला युद्धाच्या गोष्टी सांगायला सुरुवात केली. युद्ध, लढाया हा सुभद्रेच्या आवडीचा विषय होता. ती सगळ्या गोष्टी अगदी लक्षपूर्वक, रस घेऊन ऐकत होती.

''नाथ, चक्रव्यूह म्हणजे काय? चक्रव्यूह ही युद्धातली फारच गुंतागुंतीची रचना आहे, असं मी ऐकलंय. मला त्याबद्दल आणखी माहिती सांगा ना–''ती म्हणाली.

अर्जुनानं सांगायला सुरुवात केली–''सुभद्रे, चक्रव्यूह म्हणजे सात थरांची–सात टप्प्यांची सैन्यरचना असते. सात थरांमध्ये सैनिकांची योजना केली जाते आणि सर्वांत आतल्या थरात त्यांचा सेनापती उभा असतो. खरोखरच, ही व्यूहरचना अत्यंत गुंतागुंतीची असते. ज्याला हा चक्रव्यूह भेदून जायचं असतं; त्यात प्रवेश करायचा असतो, त्याला एकामागोमाग एक हे सात थर भेदून आत आत जावं लागतं. एकदा आत गेल्यानंतर, शत्रूचा नाश करून पुन्हा बाहेर पडण्यासाठीही त्याला पुन्हा ते सात थर भेदून यावं लागतं.'' अर्जुनाचं हे बोलणं ऐकताऐकता सुभद्रेला झोप येऊ लागली आणि तिच्याबरोबर तिच्या पोटातलं बाळही पेंगुळलं.

''चक्रव्यूह भेदण्याची कला फारच थोड्या योद्ध्यांना अवगत आहे,'' अर्जुन वर्णन करत होता. ''पहिला थर असा भेदायचा... आणि मग त्या योद्ध्याला दुसऱ्या थरातल्या सैनिकांशी लढायची योजना आखावी लागते. दुसरा थर भेदून गेला की, तिसरा... मग असे एकामागून एक...'' सातही थर कसे भेदायचे हे अर्जुन टप्प्याटप्प्यानं वर्णन करून सांगत होता–पण, तोवर सुभद्रेचे डोळे झोपेनं जड झाले. चक्रव्यूहातून पुन्हा बाहेर कसं यायचं हे अर्जुनानं सांगायला सुरुवात केली न केली, तोवर सुभद्रेला गाढ झोप लागली–त्यामुळे तिचं बाळही झोपलं. दोघांनीही ते वर्णन पूर्ण ऐकलंच नाही. कालांतरानं, सुभद्रेनं एका देखण्या बाळाला जन्म दिला. त्याचं नाव ठेवलं–'अभिमन्यू–'अभिमन्यू म्हणजे सदैव आत्मसन्मानाचं रक्षण करणारा– स्वाभिमान जपणारा. अभिमन्यू म्हणजे, त्याचे वडील आणि काका यांच्यासाठी आनंद आणि अभिमानाचा विषय होता. त्यांनी त्याला सर्व धार्मिक ग्रंथांबरोबरच युद्धकलेचंही सर्वोत्तम शिक्षण दिलं.

# जरासंध आणि शिशुपालाचा वध

इंद्रप्रस्थ नगरीची भरभराट होत होती. सर्वत्र शांतता नांदत होती. एके दिवशी नारदमुनी युधिष्ठिराच्या राजसभेत आले. युधिष्ठिरानं स्वतः उठून त्यांचं स्वागत केलं आणि आदरानं त्यांना आसन दिलं. इतर पांडवांनी मुनिवरांच्या निवासाची सर्व व्यवस्था केली.

काही वेळानं नारदमुनी युधिष्ठिराशी गप्पा मारत बसले. ''राजा युधिष्ठिर, मला तुला एक गोष्ट सुचवायची आहे,'' ते म्हणाले.

''सांगावी मुनिवर-'' युधिष्ठिर आदरानं म्हणाला. ''इंद्रप्रस्थ हे आता वैभवशाली राज्य झालं आहे. तुझ्या कुशल राज्यकारभारामुळे ते इतर राज्यांच्या खूप पुढे गेलं आहे. आता तू तुझी सार्वभौम सत्ता सिद्ध करण्यासाठी राजसूय-यज्ञ करावास असं मला वाटतं. मात्र, तुझ्याबद्दल असूया आणि ईर्ष्या वाटणारे राजे या यज्ञात विघ्न आणण्याचा प्रयत्न

करतील. तेव्हा दक्ष राहा.'' नारद म्हणाले. युधिष्ठिराला नारदांची सूचना पटली; पण अंतिम निर्णय घेण्याआधी कृष्णाशी सल्लामसलत करावी, असं त्याला वाटलं; त्यामुळे, नारदमुनी तिथून गेल्यावर त्यानं कृष्णाला आमंत्रण धाडलं. युधिष्ठिराचं आमंत्रण मिळाल्यावर कृष्णही आला. युधिष्ठिरानं नारदांचं म्हणणं त्याच्या कानांवर घातलं. ''कृष्णा, याबाबत मला तुझा सल्ला हवा आहे. मी खरंच राजसूय-यज्ञ करावा का?'' त्यानं विचारलं.

''का नाही? नक्कीच कर.'' कृष्ण हसून म्हणाला. ''युधिष्ठिरा, सार्वभौम राजा होण्याची तुझी योग्यता आहेच. या यज्ञासाठी मी तुला सर्व साहाय्य करेन; पण तुझ्या मार्गात एक राजा मोठा अडसर ठरण्याची शक्यता आहे, हेही तुला सांगायला हवं,'' कृष्णानं सांगितलं. ''कोण आहे तो राजा?'' युधिष्ठिरानं विचारलं.

''मगधाचा राजा जरासंध.'' कृष्णानं सांगितलं. ''पण तो का माझ्या मार्गात आडवा येईल?'' युधिष्ठिरानं गोंधळून विचारलं. त्यावर कृष्ण म्हणाला, ''जरासंध अतिमहत्त्वाकांक्षी आहे. त्यानं स्वत:ला 'सार्वभौम राजा' म्हणून घोषित केलं आहे. त्यानं याआधी अनेक राज्यं आणि राजांवर आक्रमण करून त्यांना पराभूत केलं आहे. आपणच एकछत्री राजा व्हावं एवढी एकच त्याची इच्छा आहे. त्यानं अनेक राजांना सक्तीनं रुद्राची आराधना करायला लावली. ती सफल झाली, तर त्याला अदृश्य होण्याची सिद्धी लाभेल.''

''आता आपण काय करायचं? यज्ञाची कल्पना मनातून काढून टाकू या?'' युधिष्ठिरानं काळजीनं विचारलं. कृष्णानंही क्षणभर विचार केला. मग तो म्हणाला, ''आपण जरासंधाचा सहज पराभव करू शकू असं नाही; पण आपण काहीतरी युक्ती करून त्याला आपल्या मार्गातून दूर करू शकतो.'' एवढं बोलून त्यानं भीमाला बोलावलं आणि त्याला जरासंधाबद्दल सारं सांगितलं. ''भीमा, मी तुला जरासंधाच्या नाजूक गोष्टी सांगतो–म्हणजे तू त्याचा वध करू शकशील. ऐक. जरासंधाच्या वडिलांच्या दोन पत्नी होत्या; पण

पोटी संतान नव्हतं.'' भीम कृष्णाचं बोलणं लक्ष देऊन ऐकत होता. कृष्णानं सांगायला सुरुवात केली– ''एकदा एक ऋषी जरासंधाच्या वडिलांकडे आले. जरासंधाच्या वडिलांना पुत्रप्राप्तीची इच्छा आहे, असं ऋषींच्या लक्षात आलं. त्यांनी त्यांना आंब्याचा प्रसाद दिला. ''राजा, हा आंबा तुझ्या राणीला खाऊ घाल म्हणजे तिला पुत्र होईल.'' राजानं त्या आंब्याचे दोन समान भाग केले आणि दोन्ही राण्यांना खायला दिले. ऋषिवरांच्या आशीर्वादानं दोन्ही राण्या गर्भवती झाल्या. कालांतरानं प्रसूत झाल्या; पण त्या क्षणी त्या बाळाला बघून घाबरल्या. हा काय प्रकार आहे, हे त्यांना कळेना. कारण, त्यांनी अर्धं-अर्धं शरीर असलेल्या बालकाला जन्म दिला होता. हे फारच विचित्र आहे असं म्हणून त्यांनी दोन तुकड्यांतलं ते बाळ जंगलात टाकून दिलं. नेमकं तेव्हाच 'जरा' नावाची राक्षशीण तिथून जात होती. तिनं एका बाळाचे ते अर्धे-अर्धे तुकडे पाहिले. तिला कुतूहल वाटलं. तिनं ते दोन्ही तुकडे उचलले आणि शेजारीशेजारी ठेवले आणि काय चमत्कार! ते दोन्ही तुकडे एकमेकांना जोडले गेले आणि त्यातून एक जिवंत बाळ तयार झालं.

'' हाच जरासंध ना?'' भीमानं विचारलं. ''अगदी बरोब्बर. याच पद्धतीनं आपण त्याला मारू शकतो.'' कृष्ण म्हणाला. ''म्हणजे कसं?'' भीमानं विचारलं. ''अरे, त्याच्या शरीराचे दोन तुकडे केले की, तो मरेल आणि हे फक्त तूच करू शकतोस–''कृष्ण भीमाला म्हणाला. भीम जरासंधाशी लढायला तयार झाला. युधिष्ठिराला काळजी वाटली. ''मी माझ्या लाडक्या भावाला जरासंधासारख्या दुष्ट राक्षसाकडे कसा पाठवू?'' त्याने आपली चिंता व्यक्त केली. ''युधिष्ठिरा, काळजी करू नकोस. मी भीमाची काळजी घेईन,'' कृष्णानं आश्वासन दिलं.

मग कृष्ण, अर्जुन आणि भीमानं ब्राह्मणाचा वेष घेतला; त्यामुळे त्यांना जरासंधाच्या राजसभेत प्रवेश करता येणार होता. जरासंधाकडे गेल्यावर त्यांना खरंच ब्राह्मण समजून त्यानं त्यांचं यथोचित स्वागत केलं; पण त्यांच्या उघड्या अंगावर शस्त्रांच्या वारासारखे व्रण पाहून त्याच्या मनात संशय आला. ''हे तर योद्धे असावेत–''त्याला वाटलं. जरासंधाच्या चेहऱ्यावरचे बदललेले हावभाव पाहून त्याच्या मनातली खळबळ कृष्णानं

ओळखली. ''महाराज, कसला विचार करताय?'' त्यानं विचारलं. ''तुम्ही खरंच ब्राह्मण आहात का अशी शंका वाटतेय,'' जरासंध उत्तरला. ''अगदी बरोबर,'' कृष्ण लगेच म्हणाला, ''आम्ही खरंतर योद्धे आहोत आणि इथे तुमच्याशी द्वंद्वयुद्ध करायला आलो आहोत.''

अर्जुन, भीम आणि कृष्णानं नंतर आपली खरी ओळख दिली. ''तू खूप राजांना वेठीला धरलं आहेस, असं मी ऐकलंय,'' 'हा-हा-हा-' जरासंध छद्मीपणानं हसला. ''आणि जर मी त्यांना सोडलं नाही तर?'' असं त्यानं विचारल्यावर भीम म्हणाला, ''तर मग माझ्या हातून मरायला तयार हो!'' हे ऐकल्यावर जरासंध रागानं उसळला आणि भीमावर धावून गेला. कृष्ण आणि अर्जुन एकमेकांकडे बघून हसले. सगळं कसं त्यांनी योजल्यासारखं होत होतं. जरासंध आणि भीमाच्या मल्लयुद्धाला प्रारंभ झाला. हे मल्लयुद्ध तेरा दिवस चाललं; पण दोघांपैकी कोणीच माघार घ्यायला तयार नव्हतं.

आता जरासंध दमलाय, हे कृष्णाच्या लक्षात आलं. त्यानं एक काडी हातात धरली आणि भीमाचं लक्ष आपल्याकडे कधी जातंय याची तो वाट पाहू लागला. भीमही आता थकला होता. जरासंधाला कसं मारता येईल, हे त्यालाही कळत नव्हतं. त्यासाठीच जणू त्यानं कृष्णाकडे पाहिलं. कृष्णानं ती संधी साधली आणि त्याचं लक्ष आपल्या हातातल्या काडीकडे वेधलं. कृष्णाकडे भीमाचं लक्ष गेलं आणि कृष्णानं त्या काडीचे दोन तुकडे करून दाखवले. जरासंधाचे असेच दोन तुकडे करायला हवेत, असंच त्यानं युक्तीनं सांगितलंय, हे भीमाच्या लक्षात आलं. त्यानं जरासंधाचे पाय पकडले आणि एखाद्या वस्त्रासारखं त्याचं शरीर फाडून दोन तुकडे केले. ते तुकडे लांब-लांब फेकून

दिले.

आश्चर्य म्हणजे, ते तुकडे पुन्हा जुळले आणि जरासंध जिवंत झाला. भीम गोंधळला. त्यानं पुन्हा कृष्णाकडे पाहिलं. आता कृष्णानं त्या काडीचे दोन तुकडे दोन दिशांना फेकले. भीमाला तो संकेत कळला. त्यानं पुन्हा जरासंधाच्या शरीराचे दोन तुकडे केले आणि ते दोन दिशांना फेकले. या वेळी मात्र ते तुकडे जुळून आले नाहीत. जरासंधाचा वध झाला. कृष्ण आणि अर्जुनानं आनंदानं भीमाला मिठी मारली. ''भीमा, हे फक्त तूच करू शकत होतास,'' कृष्ण कौतुकानं म्हणाला. ''कृष्णा, तू माझ्यावर विश्वास ठेवलास हे माझं भाग्य आहे,'' भीम नम्रपणे म्हणाला.

त्यांनी ब्राह्मणाचा वेश उतरवला आणि आपली नेहमीची वस्त्रं धारण केली. ''चला, आधी आपण सगळ्या बंदी राजांची सुटका करू या'' कृष्ण म्हणाला. सगळे बंदीगृहाच्या दिशेनं निघाले. कृष्ण, अर्जुन आणि भीमानं सगळ्यांना मुक्त केलं. 'आम्ही तुमचे कृतज्ञ आहोत–'सर्व राजे एकमुखानं म्हणाले. त्यांनी युधिष्ठिराच्या राजसूय-यज्ञात सहभागी होण्याचं आश्वासन दिलं. नंतर कृष्ण, भीम आणि अर्जुन इंद्रप्रस्थाला परतले.

इकडे, इंद्रप्रस्थात यज्ञाची तयारी मोठ्या उत्साहात सुरू होती. नकुल आणि सहदेवानं देशोदेशींच्या राजांना आणि ज्ञानी ऋषिमुनींना यज्ञासाठी निमंत्रणं पाठवली होती. युधिष्ठिरानं हस्तिनापूरनरेश धृतराष्ट्र आणि त्यांच्या राजपरिवाराला आमंत्रित करण्यासाठी खास राजदूत धाडला होता. पितामह भीष्म, गुरू द्रोणाचार्य, विदुर आणि महाराज धृतराष्ट्रांना खूप आनंद झाला. 'युधिष्ठिर, तुला मनापासून आशीर्वाद. एक ना एक दिवस तू मोठा राजा होणार, हे मला ठाऊक होतं–'असं म्हणून भीष्मांनी मनातल्या मनात युधिष्ठिराला शुभाशीर्वाद दिले.

धृतराष्ट्र, भीष्म, विदुर, द्रोणाचार्य, कृपाचार्य आणि सर्व कौरव राजपुत्र लवकरच इंद्रप्रस्थ नगरीत दाखल झाले. ठरलेल्या दिवशी सुमुहूर्तावर महर्षी व्यासांनी यज्ञाचा पवित्र अग्नी प्रज्वलित केला. सगळीकडे दिव्य मंत्रध्वनी घुमू लागला. युधिष्ठिर यज्ञाचा यजमान होता. यज्ञ संपन्न झाल्यावर तो 'सार्वभौम राजा' होणार होता.

यज्ञाला हजर असलेल्या सर्व राजेरजवाड्यांनी

युधिष्ठिराचं वर्चस्व स्वीकारलं होतंच. महर्षी व्यास युधिष्ठिराला म्हणाले– ''सम्राटानं सर्वोत्तम राजा निवडावा अशी रीत आहे. तुम्हीही हे शास्त्र पाळावं.'' आपल्या वतीनं हा शास्त्रविधी भीष्माचार्य आणि अन्य ज्येष्ठ कुरुवंशीयांनी करावा, अशी विनंती युधिष्ठिरानं केली. भीष्मांनी कृष्णाचं नाव सुचवलं. ''कृष्ण अत्यंत बलवान, संयमी, चतुर आणि अनुभवी आहे–'' भीष्म म्हणाले. ''होय. कृष्ण सर्वश्रेष्ठ राजा आहे, हे निर्विवाद आहे,'' असं म्हणून द्रोणाचार्य आणि विदुरांनी भीष्मांनी केलेल्या निवडीला दुजोरा दिला. एवढ्यात, 'कृष्ण सर्वश्रेष्ठ राजा व्हायला लायक नाही,' असा जोरदार आवाज आला. सगळ्यांचं लक्ष जमलेल्या समुदायाकडे गेलं. तो आवाज होता चेदीनरेश कुटिल शिशुपालाचा. शिशुपालही कृष्णाचा चुलतभाऊ होता. ''कृष्णासारख्या स्वार्थी, धूर्त, कावेबाज माणसाला या किताबासाठी निवडणं योग्य नाही,'' तो मोठ्यांदा म्हणाला.

हे ऐकून भीम संतापून उभा राहिला. ''शिशुपाला, तोंड सांभाळून बोल. कृष्णाचा अपमान हा आमचा अपमान आहे. तो आम्ही कदापि सहन करणार नाही,'' भीम गरजला. कृष्णानं त्याला शांत केलं. ''भीमा, शांत हो. त्याला बोलू दे.'' ''बघितलंस? मला कोणीही थांबवू शकत नाही.'' शिशुपाल गर्वानं म्हणाला–''मी सत्यच बोलतो. या कृष्णाचा कोणाला काही उपयोग नाही.''

''शिशुपाला, भानावर ये. कृष्णाचा अपमान करायचा तुला काहीही अधिकार नाही. आमचा कृष्ण सर्वश्रेष्ठच आहे,'' अर्जुनानं शिशुपालाला सुनावलं. '' खरंच की काय?'' कुत्सितपणे हसत शिशुपाल म्हणाला, ''तुम्ही फार मोठ्या भ्रमात आहात. कृष्ण किती धूर्त आहे आणि कावेबाज आहे हे तुम्हाला माहीत नाही. त्यानं तुम्हाला फसवलंय. तो राजाबिजा कोणी नाही. साधा गुराखी आहे;

झालं! तुम्हाला कल्पनाही नसेल.''

हे ऐकल्यावर मात्र कृष्ण आवाज चढवून म्हणाला, ''बास, शिशुपाला; खूप बोललास. तुझे शंभर अपराध आता भरले. हे बघ, यापुढे एकही अपराध करशील तर मी तुला क्षमा करणार नाही.'' कृष्णाचे हे शब्द ऐकून, सगळा समुदाय स्तब्ध झाला. ''तू कोण आहेस आणि तुझा भूतकाळ काय आहे, हे तुला ठाऊक नाही. शिशुपाला, तू जेव्हा जन्माला आलास ना, तेव्हा तुला चार हात आणि कपाळावर एक तिसरा डोळा होता.'' कृष्ण म्हणाला. शिशुपाल डोळे विस्फारून कृष्णाचं बोलणं ऐकू लागला– ''असं चार हात आणि तीन डोळे असलेलं चमत्कारिक बालक पाहून आम्हाला धक्का बसला. एवढ्यात आकाशवाणी झाली– 'या बालकाचे दोन हात आणि तिसरा डोळा लवकरच गळून पडेल. तो सामान्य बालकासारखा दिसेल; पण ज्याच्या मांडीवर असताना त्याचे हात आणि डोळा गळून पडेल, त्याच्याच हातून त्याला मरण येईल.' आमचा आमच्या कानांवर विश्वास बसेना.'' कृष्णाचं बोलणं शिशुपालाला खरं वाटेना.

कृष्ण पुढे सांगत होता– ''सगळ्यांनी तुला पाळण्यात ठेवलं. आशीर्वाद दिले. बऱ्याचजणांनी तुला मांडीवर घेऊन पाहिलं; पण काहीच वेगळं घडलं नाही. मग तुझ्या आईनं तुला माझ्या मांडीवर ठेवलं आणि तत्क्षणी तुझे जास्तीचे दोन हात आणि तिसरा डोळा अदृश्य झाला. तू सामान्य मुलासारखा झालास, म्हणून तुझ्या आईला आनंद झाला; पण आकाशवाणीनुसार माझ्या हातून तुझा मृत्यू होणार, म्हणून ती चिंतेत पडली. ती रडायला लागली आणि तुझा जीव वाचवावा म्हणून माझ्या हातापाया पडायला लागली. म्हणून मी तुझ्या आईला एक वचन दिलं–'' असं म्हणून कृष्ण थांबला. ''कोणतं वचन?'' शिशुपालानं विचारलं. त्यावर कृष्ण म्हणाला– ''मी तिला सांगितलं

की, तुझे शंभर अपराध मी पोटात घालेन. तेव्हापासून मी तुझ्या पापांना क्षमा करत होतो. आज तुझा शंभरावा अपराध झाला. आता यापुढचा एक अपराध तुझ्या मृत्यूला कारणीभूत ठरेल.''

''ए कृष्णा, मला असल्या भाकडकथा सांगू नकोस,'' शिशुपाल उद्धटपणे हसत म्हणाला. ''एक मूर्ख गुराखी मला इशारा देतो?'' ''सावध हो शिशुपाला. आता तू मर्यादा ओलांडतो आहेस–''असं म्हणून कृष्णानं आपलं सुदर्शनचक्र शिशुपालावर सोडलं आणि दुष्ट शिशुपालाचा वध केला. आपली कामगिरी बजावून झाल्यावर, सुदर्शनचक्र पुन्हा कृष्णाच्या बोटावर येऊन स्थिरावलं; पण त्याच्या गतीमुळे कृष्णाच्या बोटातून रक्त येऊ लागलं. कृष्ण- शिशुपालातला हा सगळा प्रसंग पाहणाऱ्या द्रौपदीचं लक्ष एकदम कृष्णाच्या बोटातून वाहणाऱ्या रक्ताकडे गेलं. तिनं तत्क्षणी आपल्या उंची शालूच्या पदराचा शेव फाडला आणि त्याच्या बोटावर बांधला. कृष्ण हसला आणि म्हणाला, ''द्रौपदी, तुझ्या वस्त्रातल्या प्रत्येक धाग्याचं ऋण एक दिवस मी नक्की फेडेन.''

# द्यूताचा डाव

सर्वांनी एकमतानं श्रीकृष्णाची 'सर्वश्रेष्ठ राजा' म्हणून निवड केली. आलेल्या सगळ्या मान्यवरांनी त्याची स्तुती आणि सन्मान केला. युधिष्ठिरानं त्यांच्या सन्मानार्थ खास मेजवानीचं आयोजन केलं होतं. इंद्रप्रस्थामध्ये सगळ्यांचा यथोचित पाहुणचार झाला. युधिष्ठिरानं त्यांना उंची भेटवस्तू दिल्या. सगळं काही शास्त्रविधीनुसार पार पडल्यावर, हस्तिनापूरहून आलेले महाराज धृतराष्ट्र आणि त्यांचे राजपरिवाराचे सदस्य आता परत निघाले. युधिष्ठिर, त्याचे चार भाऊ आणि पत्नी द्रौपदी यांनी त्या राजपरिवारातल्या वडीलधाऱ्यांना वाकून नमस्कार केला आणि त्यांचा आशीर्वाद घेतला. ''बाळांनो, तुमची अशीच उत्तरोत्तर भरभराट होवो,'' असा आशीर्वाद पितामह भीष्मांनी दिला आणि साश्रू नयनांनी पांडवांचा निरोप घेतला.

ते सर्व हस्तिनापूरला गेले; पण दुर्योधन मात्र तिथेच राहिला. त्याला इंद्रप्रस्थात अजून काही दिवस राहायचं होतं. पांडवांच्या राजवाड्याचं सुंदर बांधकाम पाहून तो चकित झाला होता. त्या राजवाड्याच्या मुख्य मध्यवर्ती सभागारात वास्तुशिल्पकार मयासुरानं काही आभासी परिणाम निर्माण केले होते. एके ठिकाणी दुर्योधनाला वाटलं,

हा पुढं जायचा रस्ता आहे–म्हणून तो जाऊ लागला–पण, ती तर भिंत होती; त्यामुळे तो भिंतीला धडकला.

त्या क्षणी त्याला मोठ्यांदा हसण्याचा आवाज आला. त्यानं झर्रकन मागे वळून पाहिलं–समोरच्या सज्जात उभी असलेली द्रौपदी त्याच्या फजितीला हसत होती. दुर्योधनाला अगदी कानकोंडं झालं; पण आपल्याला तिचं हसणं ऐकूच आलं नाही असं त्यानं दाखवलं. तो तसाच पुढे निघाला. आपल्या पायाखाली आता पाणी आहे, असं वाटल्यानं तो सावधपणे चालायला लागला. पाणी चुकवण्यासाठी आपली उंची वस्त्रं उचलून धरायला लागला–पण काय नवल! तिथे पाणी नव्हतंच. सगळी कोरडी जमीनच होती. द्रौपदी पुन्हा खो-खो हसली. ''युवराज दुर्योधन, अहो, तिथे पाणी नाहीये. इतकं काही जपून चालायला नको काही–''ती चेष्टेनं हसत म्हणाली.

दुर्योधनानं पुन्हा आपला राग आणि अपमान गिळला. तो दोन पावलं पुढे जातो न जातो, तोच आणखी एक आभास त्याची वाटच पाहत होता. तिथली जमीन त्याला कोरडी वाटली; पण खरंतर ते सभागाराच्या मध्यातलं पाण्याचं उथळ तळं होतं. दुर्योधनाला ते कळलंच नाही आणि तो त्या पाण्यात पडला. आता द्रौपदी आणखी जोरात हसली. ''अरेरे! आंधळ्या वडिलांचा आंधळा मुलगा'' असं म्हणून तिने त्याची टर उडवली.

आता मात्र द्रौपदीच्या कुत्सित हसण्यानं दुर्योधन संतापला. ''हे गर्विष्ठ सुंदरी, तोंड सांभाळ. एक ना एक दिवस तुझ्या या अपमानास्पद हसण्याची किंमत तुला मोजावीच लागेल. लक्षात ठेव.'' तो तिच्यावर ओरडला.

त्याच क्षणी दुर्योधनानं मनातल्या मनात बदला घेण्याची प्रतिज्ञा केली–नंतर

इंद्रप्रस्थ सोडून तो हस्तिनापूरला परतला. तो सतत बेचैन होता. 'मी या पांडवांचा सर्वनाश करणार–' हर क्षणी हाच विचार त्याचा पाठलाग करत होता. सुडाची भावना त्याच्या मनातून जात नव्हती.

त्याची ही अवस्था शकुनीमामाच्या लक्षात आली. तो त्याची विचारपूस करायला त्याच्याकडे गेला. ''दुर्योधना, तू असा अस्वस्थ का? तुझ्या मनात काय आहे? कसला विचार करतो आहेस?'' त्यानं विचारलं. ''सूड... शकुनीमामा... सूड! जोवर त्या पांडवांना मी यमसदनाला धाडत नाही, तोवर मला चैन पडणार नाही, मामा!'' दुर्योधन दात-ओठ खात म्हणाला. ''शांत हो. आपण पांडवांचा सर्वनाश नक्कीच करू–''असं म्हणून दुर्योधनाच्या पाठीवर थोपटत शकुनीनं त्याला आधार दिला. दोघंही पांडवांना मारण्याच्या कटाचा विचार करू लागले.

''आता सगळं कावेबाजपणे करायला हवं,'' असं शकुनीनं दुर्योधनाला सांगितलं. ''हे बघ, आता शांत राहा. तू चिडला आहेस आणि बदला घेणार आहेस, याची शंकासुद्धा पांडवांना येता कामा नये,'' असं म्हणत त्यानं दुर्योधनाला एक युक्ती सांगितली– ''युधिष्ठिराला मैत्री म्हणून द्यूत खेळायला आमंत्रित कर.'' दुर्योधनाला पहिल्यांदा हे काही पटलं नाही. ''मामा, मला त्यांच्यावर पूर्णपणे सूड उगवायचाय. त्यात हे द्यूत कसं उपयोगी पडणार आहे?'' त्यानं विचारलं.

''नक्की पडेल,'' शकुनीमामा म्हणाला. तो द्यूताच्या खेळात फार तरबेज होता. ''हे बघ, द्यूताच्या खेळात तुझ्या वतीनं मला दान टाकायला परवानगी दे. प्रत्येक डावात आपणच जिंकू याची मी तुला खात्री देतो. जोवर ते सगळं राज्य पणाला लावून हरत नाहीत, तोवर मी डाव टाकतच राहीन.'' त्यानं दुर्योधनाला समजावलं.

शकुनीमामाचा डाव काय आहे, ते दुर्योधनाच्या लक्षात आलं. तो त्याच्या म्हणण्याप्रमाणे करायला तयार झाला. ''मामा, खरंच तू महान आहेस. मी पांडवांना द्यूताचं निमंत्रण धाडतो, एकदा येऊच देत ते इथं-'' तो आनंदानं चीत्कारला. ''येऊच देत- रडायला-'' असं म्हणून दोघं मोठ्यांदा हसले. दुसऱ्याच दिवशी दुर्योधनानं इंद्रप्रस्थाला दूत पाठवला आणि युधिष्ठिर आणि त्याच्या भावांना द्यूत खेळायला यायचं निमंत्रण दिलं.

दुर्योधनाचं निमंत्रण पांडवांनी स्वीकारलं. युधिष्ठिर, भीम, अर्जुन, नकुल, सहदेव

आणि द्रौपदी हस्तिनापूरला आले. द्यूताचा डाव प्रासादाच्या मुख्य सभागृहात होणार होता. चोहीकडचे सज्जे सजवण्यात आले होते. हस्तिनापुरात पांडवांचं मोठ्या प्रेमानं स्वागत झालं. पांडव-बंधू मुख्य सभागृहात गेले. महाराणी गांधारी आणि अन्य युवराज्ञींना भेटायला द्रौपदी अंत:पुरात गेली.

धृतराष्ट्र, भीष्म, आचार्य द्रोण, विदुर, कृपाचार्य आणि इतर मान्यवर मंडळी सज्जात बसली होती. सभागृहाच्या मध्यभागी द्यूताचा पट मांडला होता. त्याच्या एका बाजूला दुर्योधन, शकुनी आणि दु:शासन बसले होते, तर दुसऱ्या बाजूला युधिष्ठिर आणि त्याचे चार भाऊ बसले होते. कौरवांच्या बाजूनं शकुनीमामा फासे टाकेल, असं दुर्योधनानं

जाहीर केलं. युधिष्ठिरानं ते मान्य केलं आणि खेळ सुरू झाला. सुरुवातीला दोन्ही बाजूंनी काही धन आणि जडजवाहीर पणाला लावलं. शकुनीनं फासे खुळखुळवले आणि टाकले–त्यानं दान जिंकलं. दुर्योधनाला आनंद झाला.

खेळ जसजसा पुढे जात होता, तसतसा युधिष्ठिर आपली संपत्ती पणाला लावत गेला, हरत गेला. प्रत्येक वेळी शकुनी फासे टाकायचा आणि कौरव डाव जिंकतच जायचे. शकुनीच्या मंतरलेल्या फाशांमुळे युधिष्ठिराचा पराभव होतच गेला. सगळी संपत्ती पणाला लावून हरल्यानंतर युधिष्ठिरानं स्वत:चं राज्य– इंद्रप्रस्थदेखील पणाला लावलं.

''हा-हा-हा'' मोठ्याने हसत शकुनी म्हणाला–''आम्ही जिंकलो–दुर्योधना, अरे हा डावसुद्धा आपणच जिंकलो–''

''शकुनीमामा, हा तर परमानंद आहेच–पण, त्यात आश्चर्य कसलं? युधिष्ठिर हरणार हे तर मला ठाऊकच होतं. वैभवशाली इंद्रप्रस्थ राज्य आता माझ्या मालकीचं झालं–''मोठ्या उत्साहानं मांडीवर थाप मारत दुर्योधन दुष्टपणे म्हणाला.

युधिष्ठिर पराभूत होऊन, मान खाली घालून बसला होता. ''अरे, पाहा पाहा–राज्य नसलेला नावाचा राजा पाहा–ए, राजा–आता तुझ्या मुकुटाचं काय करायचं रे? तू तो काढून का नाही ठेवत?'' दुर्योधन कुत्सितपणे म्हणाला. निराश आणि पराभूत युधिष्ठिरानं आपला राजमुकुट उतरवला आणि मूकपणे द्यूताच्या पटाशेजारी ठेवला.

''हं–आता पणाला काय लावशील बंधुश्रेष्ठा?'' खोचकपणे दुर्योधनानं विचारलं. यावर युधिष्ठिर काहीच बोलू शकला नाही. हे पाहून शकुनी कुचकटपणे म्हणाला, ''अरे, तू सगळी संपत्ती आणि राज्य हरलास म्हणून काय झालं? तुझ्याकडे अजून चार बलशाली भाऊ आहेत की! लाव त्यांना पणाला–खेळून तर बघ!'' युधिष्ठिर हरलेला जुगारी होता. त्याच्यापाशी आता कुठलंही कारण आणि विवेक उरला नव्हता. राज्य पुन्हा जिंकण्याच्या आशेनं त्यानं चक्क भीमाला पणाला लावलं–पण पुन्हा हरला! मग एकापाठोपाठ एक त्यानं अर्जुन, नकुल आणि सहदेवालाही पणाला लावलं आणि तो हरलाही! ''युधिष्ठिरा, अजूनही असा निराश होऊ नकोस.

तू स्वत:ला पणाला लावून सगळं काही पुन्हा जिंकू शकतोस–''असं म्हणून शकुनीनं युधिष्ठिराला पुन्हा द्यूत खेळायला उद्युक्त केलं. युधिष्ठिरानं इरेला पेटून स्वत:ला पणाला लावलं–आणि तो डावसुद्धा तो हरला. ''चला–आता तुम्ही पाचही भाऊ आमचे दास झाला आहात. गुलाम झाला आहात. आम्ही सांगू तसंच तुम्हाला करावं लागणार आहे. हे पाहा–आता उतरवा तुमचे ते राजमुकुट–दासांना ते शोभत नाहीत–'' शकुनी खदाखदा हसत म्हणाला. भीम, अर्जुन, नकुल आणि सहदेवानं आपले मुकुट उतरवून जमिनीवर ठेवले. शकुनीनं आपल्याला फसवलंय, हे लक्षात येऊनसुद्धा युधिष्ठिर असाहाय्य होऊन मूकपणे सगळं बघत होता.

''बघितलंस–युधिष्ठिरा, आता तू पूर्ण कफल्लक झाला आहेस. तुझ्यापाशी काहीही नाही. आता तू खेळातून माघार घ्यावीस हे योग्य. आम्हाला शरण ये. हस्तिनापुरात एक सामान्य नागरिक म्हणून जगायची आम्ही उदारपणे तुला परवानगी देऊ–''शकुनी उद्दामपणे म्हणाला.

त्याच्या या अपमानास्पद शब्दांनी युधिष्ठिर निराश होण्याऐवजी, आणखी जिद्दीला पेटला. अजून खेळून राज्य परत मिळवायला तो सिद्ध झाला. 'जुगारी माणूस कधीच आशा सोडत नाही,' म्हणतात तेच दुर्दैवानं खरं ठरलं. युधिष्ठिरानं शकुनीला पुन्हा डाव मांडायला सांगितलं. ''अरे, पण आता तू पणाला काय लावणार?'' दु:शासनानं विचारलं. युधिष्ठिर विचारात पडला. अचानक शकुनी किंचाळत म्हणाला–''अरे, तुला अजून एक संधी आहे–तुझ्या द्रौपदीला पणाला लाव–डाव जिंकून हरलेलं सगळं पुन्हा मिळव!'' आता युधिष्ठिर फारच निराश झाला होता. तो शकुनीच्या बोलण्याला बळी पडला. त्यानं द्रौपदीला पणाला लावलं.

पण, दुर्दैवानं अजूनही युधिष्ठिराची पाठ सोडली नव्हती. हाही डाव तो हरला. सज्जात बसलेले राजपरिवारातले सगळे सुन्न झाले. ''अरेरे! फारच लज्जास्पद आहे सगळं. त्यांचा गौरवशाली भूतकाळ पुसला गेला.'' ते म्हणाले.

''ए, आता ही द्रौपदीसुद्धा आमची बटीक झाली,'' असं म्हणून मोठ्याने हसत

दुर्योधन म्हणाला. ''ए दु:शासना–जा आणि त्या गर्विष्ठ द्रौपदीला घेऊन ये. तीसुद्धा आता आपली दासी आहे–'' हे ऐकून पांडवांच्या तळपायांची आग मस्तकात गेली. भीम आणि अर्जुन दु:शासनावर धावून जाणार, एवढ्यात दुर्योधनानं त्यांना थांबवलं– ''विसरलात की काय? तुम्ही सगळे आता आमचे गुलाम आहात आणि मालक जे काही करतील, त्यात गुलामांनी लुडबूड करायची नसते–'' दुर्योधन म्हणाला. दु:शासन द्रौपदीच्या कक्षात गेला आणि म्हणाला, ''द्रौपदी, चल माझ्याबरोबर. आता तू आमची दासी आहेस. तुझा नवरा युधिष्ठिर द्यूतात तुला पणाला लावून हरला आहे.'' हे ऐकून द्रौपदी संतापून म्हणाली, ''दु:शासना, तोंड आवर. अरे, मी तुझ्या मोठ्या भावाची पत्नी आहे. माझ्याशी बोलताना ही भाषा तुझ्या तोंडी शोभत नाही.'' पण, दु:शासनानं तिचं काहीही न ऐकता, सरळ तिची वेणी खेचली आणि ओरडला–''ए बटीक, तू माझी अवज्ञा करतेस?'' त्यानं सरळ तिला ओढत फरफटत दरबारात आणलं. ''दुर्योधना, ही बघ गर्विष्ठ द्रौपदी–तुझ्यासमोर आणली आहे.'' तो म्हणाला. सगळा

दरबार दु:खानं अचंबित होऊन हे दृश्य बघत राहिला.

द्रौपदी अपमान आणि संतापानं लाल झाली होती. आपल्या पाचही पतींकडे कटाक्ष टाकत ती म्हणाली, ''तुम्ही सगळे हे थंडपणे कसं बघताय? इथे तुमच्या पत्नीचा अपमान होतोय–तुम्ही काहीच करणार नाही का?'' ''अगं द्रौपदी, ते काय करणार? ते स्वत: माझे

गुलाम झालेत–तुझे सगळे पती आता माझे दास आहेत–समजलं?'' दुर्योधन गुर्मीनं म्हणाला.

द्रौपदी न्याय मागण्यासाठी वडीलधारी मंडळी बसली होती, तिथे आली. ''आपण सर्व ज्ञानी, वडीलधारे आहात. तुम्ही माझ्या या अवमानाबद्दल काहीच बोलणार, करणार नाही का? तुमच्या या द्यूताच्या खेळाला काही नियम आहेत की नाही? युधिष्ठिर जर स्वत:ला पणाला लावून हरले आहेत, तर ते मला पणाला कसं लावू शकतात? कसं?'' तिनं कळवळून विचारलं.

तिच्या या प्रश्नाचं उत्तर कोणाजवळच नव्हतं. महाराज धृतराष्ट्र मान खाली घालून बसले होते. 'खरंतर, असं घडायला नको होतं; पण दुर्योधनाला कोण थोपवणार? मलासुद्धा हे शक्य नाही. आणखी अनर्थ होण्याआधी देवानं मला मरण द्यावं,' ते मनात म्हणाले. द्रोणाचार्य, पितामह भीष्म, विदुर आणि इतर सगळ्यांच्या मनात हाच विचार होता.

एवढ्यात दुर्योधन खेकसला–''द्रौपदी, आता तू दासी आहेस; त्यामुळे अशी राजवस्त्रं तुला शोभत नाहीत. तुझी ही राजवस्त्रं अंगावरून उतरव अशी माझी आज्ञा आहे.'' हे ऐकताच भीष्म आपल्या आसनावरून उठून म्हणाले, ''बास दुर्योधना! हे अनैतिक, असंस्कृत कृत्य थांबव. यानं तुझी फक्त अधोगतीच होईल हे लक्षात ठेव. तुझ्या दुष्कृत्यांची परतफेड तुला करावीच लागेल–स्वत:ला आवर.''

त्यांच्या बोलण्याकडे पूर्ण दुर्लक्ष करून दुर्योधन निर्लज्जपणे ओरडला–''यात काहीच चुकीचं नाही पितामह! खेळाचे नियम न कळायला युधिष्ठिर काही दूधपिता बच्चा नाही. त्यानं स्वत:च बायकोला पणाला लावायचं ठरवलं. तो हरला, त्याला मी काय करणार? माझा काय दोष? शिवाय, आता तर द्रौपदी माझी दासी आहे, तेव्हा मी जे करेन ते अनैतिक ठरू शकत नाही.''

एवढं बोलून, त्यानं दु:शासनाला द्रौपदीच्या अंगावरचं वस्त्र खेचायला सांगितलं. दु:शासनही लगेच तयार झाला. त्यानं द्रौपदीच्या वस्त्राला हात घातला आणि ते खेचायला लागला. ''दुष्टा, सोड मला–''ती ओरडली. आणि ''मला वाचवा. माझी बेअब्रू होऊ देऊ नका–कुणीतरी मला मदत करा–''अशी प्रत्येकाला विनवणी करू लागली; पण तिची

सुटका करायला पुढं यायचं धाडस करायला कोणीच तयार नव्हतं. द्रौपदी अगदी असाहाय्य होती. तिनं डोळे मिटले आणि श्रीकृष्णाचा धावा करायला सुरुवात केली. ''कृष्णा, धाव. माझी अब्रू वाचव. मला तुझ्याशिवाय दुसरं कोणीही या वेळी मदत करू शकत नाही. तूच हे संकट दूर करू शकतोस,'' तिनं प्रार्थना केली. दुष्ट दुःशासन द्रौपदीचं वस्त्र ओढतच राहिला. द्रौपदी फक्त कृष्णाचं स्मरण करत होती.

पण, मोठी चमत्काराची गोष्ट ही होती की, द्रौपदीच्या वस्त्रांना अंत नव्हता. दुःशासनानं कितीही वस्त्रं काढून फेकली तरी द्रौपदीच्या अंगावर वस्त्रं तशीच होती. अखेर, वस्त्रं फेडून फेडून दुःशासनच थकला आणि खाली कोसळला. द्रौपदी आणि पांडवांनी सुटकेचा निःश्वास सोडला. 'कृष्णा, आज तूच माझी लाज राखलीस. तुझे उपकार मी कधीच विसरणार नाही,' तिनं मनातल्या मनात कृष्णाबद्दल कृतज्ञता व्यक्त केली. तिचा भाव कृष्णापर्यंत पोहोचला. तोही म्हणाला–'द्रौपदी, तू माझे आभार मानण्याचं कारण नाही. कारण, मी फक्त तुझ्या उपकारांची परतफेड केलीय. तू एकदा तुझ्या पदराच्या शेवानं माझी जखम बांधली होतीस, तेव्हा त्यातल्या प्रत्येक धाग्याची परतफेड करायचं मी वचन दिलं होतं, ते मी पाळलं इतकंच! तुझा हा भाऊ सदैव तुझ्या पाठीशी राहील.' द्रौपदीनं आपला केशसंभार मोकळा सोडला– ''आता जेव्हा हा केशसंभार मी दुःशासनाच्या रक्ताने धुवेन, तेव्हाच तो बांधेन,'' अशी तिनं प्रतिज्ञा केली. ''ज्या हातांनी द्रौपदीच्या वस्त्राला स्पर्श केला, त्या दुःशासनाच्या हातांना कलम करेन आणि त्याच्या रक्ताने द्रौपदीला न्हाऊ घालत नाही, तोवर स्वस्थ बसणार नाही,'' अशी भीमानंही प्रतिज्ञा केली.

दुःशासन द्रौपदीचं वस्त्रहरण करू शकला नाही, याचं दुर्योधनाला दुःख झालं. निर्लज्जपणे आपली मांडी थोपटून तो म्हणाला–''ये द्रौपदी, इथे माझ्या

मांडीवर बस. ही तुझ्या मालकाची आज्ञा आहे. तू माझी दासी आहेस, तेव्हा माझी आज्ञा पाळ.'' भीमानं हे ऐकलं मात्र आणि ''दुर्योधना, तुला याची किंमत मोजावी लागेल. ज्या मांडीवर थाप मारून तू द्रौपदीकडे निलाजरी मागणी केलीस, तीच मांडी फोडून मी तुझं रक्त प्राशन करेन–'' त्यानं गर्जना केली.

हे सगळं घडत असताना धृतराष्ट्र गप्प बसून होता; पण आता तोही म्हणाला, ''दुर्योधना, पुरे! हा ओंगळवाणा खेळ अजून किती खेळणार आहेस?''

''द्रौपदी, मुली, माझ्या नादान मुलाच्या दुर्वर्तनाची मला लाज वाटते. मी तुला दास्यत्वातून मुक्त करत आहे. तुला हवा तो वर माग आणि शक्य असेल तर मला क्षमा कर,'' असं म्हणून त्यानं द्रौपदीकडे क्षमायाचना केली.

तिनं युधिष्ठिराला गुलामगिरीतून मोकळं करायचा वर मागितला. हा वर मान्य करून ''आणखी एक वर मागून घे,'' असं धृतराष्ट्र म्हणाला. या दुसऱ्या वरानं तिनं भीम, अर्जुन, नकुल आणि सहदेव यांचीही दास्यत्वातून मुक्तता मागितली. धृतराष्ट्रानं हे तर मान्य केलंच. शिवाय, तिला आणखी काही मागायचीही मुभा दिली. ''महाराज, माझ्या पतींच्या स्वातंत्र्याखेरीज मला आणखी काहीच नको,'' द्रौपदी म्हणाली.

नंतर धृतराष्ट्र युधिष्ठिराकडे वळून म्हणाला, ''युधिष्ठिरा, माझ्या मुलांनी कपट कारस्थान करून तुझं राज्य हिरावून घेतलं, याची मला कल्पना आहे. म्हणूनच मी तुला ते परत देत आहे.'' अशा तऱ्हेनं पांडव पुन्हा त्यांच्या राज्यात परतले. दुर्योधनाला मात्र धृतराष्ट्राचा उदारपणा, न्यायी वृत्ती पचनी पडली नाही. त्या रात्री आपल्या वडिलांच्या कक्षात जाऊन तो म्हणाला–''पिताश्री, व्यवहाराने विचार करा. आपण पांडवांचा अपमान केला आहे. आता जर त्यांना इंद्रप्रस्थात राहू दिलं, तर ते नक्कीच आपल्यावर हल्ला करतील आणि आपल्याला जिवे मारतील. विचार करा.'' धृतराष्ट्राला आपल्या मुलाचं म्हणणं पटलं.

''मग आता आपण काय करायचं?'' त्यानं विचारलं.

''त्यांनी असं काही करण्याआधीच आपण त्यांना राज्याबाहेर हाकलून देऊ,'' तो म्हणाला. ''पण हे कसं शक्य होईल?'' धृतराष्ट्रानं विचारलं. ''पिताश्री, पुन्हा एकदा पांडवांना द्यूतासाठी बोलवायची मला परवानगी द्या. याही खेपेला आपण त्यांचा पुन्हा पराभव करू. या वेळी आपण त्यांना तेरा वर्षं वनवासाची अट घालू.'' कपटी दुर्योधन म्हणाला. धृतराष्ट्रानं परवानगी दिली आणि पुन्हा एकदा पांडवांना द्यूत खेळायला निमंत्रण धाडण्यात आलं. या वेळचा सामना कौरव आणि पांडव यांच्यात होणार होता. ''या वेळचे नियम वेगळे आहेत,'' असं सांगून दुर्योधन म्हणाला. ''या वेळी खेळात जो हरेल, त्याला सर्वसंगपरित्याग करून वनात जावं लागेल. तिथे बारा वर्षं राहून मग एक वर्ष अज्ञातवासात राहावं लागेल. जर अज्ञातवासाच्या त्या एका वर्षात कोणीही त्यांना ओळखलं, तर परत पुढची बारा वर्षं वनवास आणि एक वर्ष अज्ञातवास भोगावा लागेल.'' पांडवांनी हे मान्य केलं आणि द्यूताला प्रारंभ झाला. शकुनीचे कुटिल डाव पुन्हा एकदा सरस ठरले आणि याही वेळी पांडव हरले. 'आपलं कारस्थान यशस्वी झालं,' याचा दुर्योधनाला आनंद झाला.

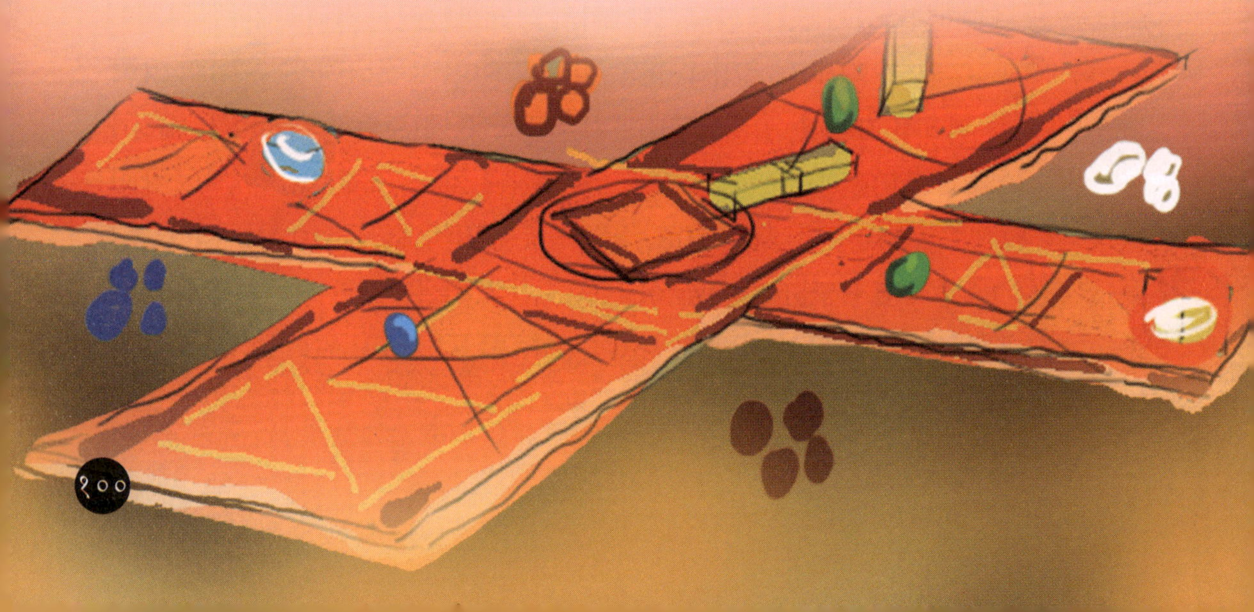

# पांडवांचा वनवास

पांडवबंधूंनी आपली राजवस्त्रं उतरवली आणि संन्याशासारखी साधी वस्त्रं परिधान केली. द्रौपदीलाही आपल्या पतींबरोबर वनात जायचं होतं. कुंतीनं आपल्या मुलांना अशा अवस्थेत पाहिलं आणि ती दु:खावेगानं बेशुद्ध झाली. पांडव परत येईपर्यंत कुंतीला विदुराच्या घरी पाठवण्यात आलं.

पितामह भीष्मांनी पांडवांना वनाच्या दिशेनं जाताना पाहिलं आणि अश्रुपूर्ण नयनांनी त्यांना मनापासून आशीर्वाद दिले. ''बाळांनो, मी तुमच्यासाठी काहीच करू शकलो नाही. देव तुमचं कल्याण आणि रक्षण करो. जिथे कुठे राहाल, तिथे आनंदानं राहा,'' ते म्हणाले. इंद्रप्रस्थातले काही रहिवासी, काही ब्राह्मणजन आणि युधिष्ठिराचे मुख्य कुलगुरू महर्षी धौम्य हेसुद्धा पांडवांबरोबर वनात गेले. सगळेजण गंगेच्या तीरापर्यंत चालत गेले. तोवर संध्याकाळ झाली. आता रात्री तिथेच मुक्काम करायचा, असं त्यांनी

ठरवलं. बरोबर आलेल्या सगळ्यांना 'तुम्ही इंद्रप्रस्थाला परत जावं,' अशी विनंती युधिष्ठिराने केली; पण त्यांनी नकार दिला.

त्या रात्री युधिष्ठिराच्या स्वप्नात व्यास ऋषी आले आणि त्यांनी त्याला दिव्यमंत्र शिकवला. 'सूर्यदेवाची प्रार्थना कर आणि हा मंत्र एकशेएक वेळा म्हण.' त्यांनी सांगितलं आणि युधिष्ठिर जागा झाला. पहाट होण्याआधीच तो नदीवर गेला आणि सूर्योदय झाल्याबरोबर त्यानं पवित्र गंगानदीत स्नान केलं. सूर्यदेवाची प्रार्थना केली आणि महर्षी व्यासांनी शिकवलेल्या मंत्राचं एकशेएक वेळा पठण केलं.

त्याच्या प्रार्थनेनं आणि उपासनेनं सूर्यदेव प्रसन्न झाला. त्याच्या हातात एक दिव्य पात्र होतं. ''युधिष्ठिरा! हे दिव्य पात्र घे. तुमचं रोजचं अन्न तयार करण्यासाठी याचा वापर करा. हे पात्र द्रौपदीला दे. हे पात्र तुम्हाला रोज हवं तितकं हवं ते अन्न देईल. जोवर द्रौपदीचं भोजन होत नाही, तोवर हे पात्र सतत भरलेलं राहील. मात्र, दिवसभरात ते एकदाच भरलं जाईल.'' असं म्हणून सूर्यदेवानं युधिष्ठिराला ते पात्र दिलं. त्याचा स्वीकार करून युधिष्ठिरानं त्याचे आभार मानले. नंतर, त्यानं धौम्य ऋषी आणि इतर सर्वांना परत जायला सांगितलं; कारण वनवासात त्यांनीच जायचं होतं. पांडवांनी गंगा नदी पार केली आणि वनात प्रवेश केला.

जंगली श्वापदं आणि राक्षस यांच्यापासून सुरक्षित जागा पाहून, पांडवांनी तिथं राहण्याची व्यवस्था केली. पांडवांच्या वनवासाची वार्ता कृष्णाच्या कानांवर आली, तसा तो लगेचच लाडक्या पांडवांना आणि द्रौपदीला भेटायला आला.

''बंधूंनो! तुम्हाला या अवस्थेत पाहून मला फारच वाईट वाटतंय; पण धीर सोडू नका. हेही दिवस जातील. आशा ठेवा. प्रत्येक अनुभव आपल्याला काहीतरी शिकवत असतो. आजच्या परिस्थितीतूनही तुमचं कल्याणच होणार असेल. हे कष्टाचे दिवस

तुम्हाला आणखी दक्ष आणि चतुर करतील. आयुष्यात उच्च ध्येय साध्य करण्यासाठी सज्ज व्हा-'' कृष्ण म्हणाला.

महर्षी व्यासही पांडवांची भेट घ्यायला आले. ''या काळात तुमची शक्ती आणि बुद्धिसामर्थ्य वाढवण्यासाठी प्रयत्न करा. या काळाचा असा सदुपयोग करा,'' असा सल्ला त्यांनी दिला. ''अर्जुना, त्यामुळे तुम्हाला कौरवांकडून तुमचं राज्य परत मिळवता येईल. त्यासाठी तू भगवान शंकरांची उपासना कर आणि त्यांच्याकडून दिव्य अस्त्रं प्राप्त करून घे.'' ते म्हणाले. हे ऐकून अर्जुनानं चांगला दिवस पाहून उपासनेसाठी हिमालयाकडे प्रस्थान केलं. लवकरच तो भगवान शंकरांच्या निवासस्थानी-कैलासावर पोहोचला. तिथे एक सुंदर डौलदार हरीण पाहून त्याला नवल वाटलं. अर्जुनानं त्याच्यावर बाण सोडला, त्याच वेळी विरुद्ध दिशेनं तसाच एक बाण येऊन त्या हरणाच्या शरीरात घुसला. तो बाण एका शिकाऱ्याचा होता. दोन्ही बाण छातीत घुसल्यानं हरीण गतप्राण होऊन जमिनीवर कोसळले. अर्जुन आणि तो शिकारी- दोघांत हरणाच्या शिकारीवरून वाद निर्माण झाला.

दोघांमध्ये मोठी संघर्षाची स्थिती आली. अगदी मारामारी झाली. दोघांजवळचे बाण संपले, तशी दोघांमध्ये कुस्ती जुंपली. 'आपला प्रतिस्पर्धी प्रत्येक कौशल्यात आपल्याला हरवतो आहे,' हे पाहून अर्जुन चकित झाला. 'हा नक्कीच सामान्य माणूस नसणार!' त्याच्या मनात आलं आणि ते खरंच होतं. तो शिकारी दुसरा-तिसरा कोणी नसून प्रत्यक्ष शिव होते. ते अर्जुनासमोर अवतीर्ण झाले आणि त्यांनी त्याला 'पाशुपतास्त्र' हे सर्वांत शक्तिशाली दिव्य अस्त्र दिलं. 'अर्जुना, याचा योग्य वापर कर,' ते म्हणाले. 'होय भगवान!' अर्जुन म्हणाला. इंद्राच्या राज्यात स्वर्गात जाऊन तिथं पाच वर्षं

राहण्याचाही सल्ला शिवानं अर्जुनाला दिला. त्याप्रमाणे अर्जुन स्वर्गात गेला. इंद्र त्याचा पिता होता. त्यानं अर्जुनाचं अत्यंत प्रेमानं स्वागत केलं.

स्वर्गातील मुख्य अप्सरा उर्वशी हिनं अर्जुनाला नृत्याचे धडे दिले. त्या वेळी ती अर्जुनाच्या प्रेमात पडली. तिला त्याच्याशी लग्न करण्याची इच्छा होती; परंतु अर्जुन मात्र तिच्याकडे 'माता' म्हणून बघत होता; त्यामुळे त्याचा नकार ऐकून उर्वशी संतापली. रागाच्या भरात तिनं त्याला शाप दिला- 'तुला यापुढे अर्धनारी म्हणून आयुष्य कंठावं लागेल.' हे ऐकून इंद्र अर्जुनाच्या मदतीला पुढे आला. त्यानं उर्वशीच्या शापवाणीत काहीसा बदल केला- 'अर्जुना, उर्वशीची शापवाणी तुझ्यासाठी फक्त एक वर्ष लागू होईल. हे वर्ष तू तुझ्या मर्जीनं निवडू शकतोस-' तो म्हणाला.

या घटनेनंतर तो पृथ्वीवर परतला. त्याचे भाऊ आणि द्रौपदी अजूनही वनातच राहत होते. तोही तिथे आला. असेच काही दिवस गेले. एके दिवशी महर्षी दुर्वास आपल्या शिष्यांसह त्या वनातून जात होते. त्या सर्वांना खूप भूक लागली होती. त्यांना कुटीबाहेर बसलेली द्रौपदी दिसली. त्या वेळी पांडवांपैकी कोणीच कुटीमध्ये नव्हतं. दुर्वासांनी द्रौपदीला जेवायला वाढायला सांगितलं. द्रौपदी अडचणीत सापडली. कारण, त्या सर्वांची जेवणं होऊन तिनं सूर्यदेवानं दिलेलं दिव्य पात्र नुकतंच घासून ठेवलं होतं. आता काय करायचं? ती विचारात पडली. थोडा वेळ काढण्यासाठी, आपली अवस्था लपवण्यासाठी ती म्हणाली, ''महर्षी, इथे जवळच झरा आहे. आपण तिथे जाऊन ताजेतवाने होऊन यावं. तोवर मी भोजनाची सिद्धता करते.'' महर्षी स्नानासाठी गेले. ''ही तर माझ्या सत्त्वपरीक्षेची वेळ आहे. महर्षी दुर्वास त्यांच्या संतापासाठी प्रसिद्ध आहेत. मी त्यांना भोजन देऊन त्यांची सेवा करू शकले नाही, तर ते मला शाप देऊ शकतात. आता मी त्यांना काय देऊ? सूर्यदेवांनी दिलेलं दिव्य पात्र तर आज रिकामं झालं आहे आणि ते उद्याच भरणार आहे.' असा विचार

करत असताना, द्रौपदीला अचानक कृष्णाच्या वचनाची आठवण आली– 'या प्रसंगी फक्त श्रीकृष्णच मला मदत करू शकतो. तोच माझी अडचण निवारण करू शकतो.' असं म्हणून तिनं मनोभावे कृष्णाचं स्मरण केलं आणि कृष्ण तिच्यासमोर उभा राहिला. ''द्रौपदी, मी तुला नक्कीच मदत करेन; पण मलासुद्धा खूप भूक लागली आहे. आधी मला काहीतरी खायला दे.'' कृष्ण म्हणाला. ''पण... कृष्णा, अरे या पात्रात आता काहीच शिल्लक नाही.'' द्रौपदी चिंतेच्या स्वरात म्हणाली. ''अस्सं? बघू बरं ते पात्र'' असं म्हणत कृष्णानं ते पात्र हातात घेतलं. ''द्रौपदी, खोटं काय सांगतेस? हे बघ– इथे माझ्यासाठी काहीतरी लपवून ठेवलं आहेस वाटतं! हंऽऽ–'' कृष्ण म्हणाला. त्याचं बोलणं ऐकून द्रौपदी गोंधळली.

''काय? अन्न? कुठंय? कसं शक्य आहे?''–ती नवलानं पुटपुटली. ''द्रौपदी, तुझं पात्र रिकामं नाही.'' मिश्किलपणे हसत कृष्ण म्हणाला, ''हे बघ, इथे तळाला भाताचं शीत दिसतंय–'' द्रौपदीनं चकित होऊन बघितलं. कृष्णानं तळाला चिकटलेलं ते भाताचं शीत काढलं आणि हळुवारपणे तोंडात घातलं. ''वा, वा! किती सुंदर, चविष्ट!'' भाताचं ते शीत चावत तो असं म्हणाला की, जणू त्या शितानं त्याचं तोंड भरलंय. 'कमाल आहे. याच्याकडे बघितलं की, वाटतं, हा पंचपक्वान्नांचंच जेवण करतोय. जगातलं सगळ्यांत रुचकर–' द्रौपदीच्या मनात आलं. ''अगं ताई, खरंच काय उत्कृष्ट चव आहे या अन्नाला, वा! मस्त पोट भरलं बाबा!'' असं म्हणत त्यानं पोटावर हात फिरवून, ढेकरसुद्धा दिला. हा तर मोठा चमत्कारच होता! कृष्णानं अन्नाचा कण खाल्ल्याबरोबर त्याचा सुवास चोहीकडे पसरला. दुर्वास आणि त्यांच्या शिष्यगणांपर्यंत जाऊन पोहोचला. आता त्यांना भूक आवरेना. ते तडक द्रौपदीच्या कुटीच्या दिशेनं निघाले. कृष्णानं पुन्हा एकदा द्रौपदीला अपमानित होण्यापासून वाचवलं होतं. आज केवळ त्याच्यामुळेच ती आपला गृहस्थाश्रमातला अतिथीधर्म पाळू शकली होती. तिनं त्याचे मनापासून आभार मानले आणि त्याला निरोप दिला.

# भीम-हनुमानाची भेट

दर दिवसागणिक पांडवांची वनवासाची मुदत संपत येत होती. एके दिवशी दुपारी घरातली सगळी कामं आटोपून द्रौपदी सहजच कुटीबाहेर बसली होती. सगळीकडे शांत वातावरण होतं. मंद वाहणारा वारा मन उल्हसित करत होता.

एवढ्यात, अचानक वाऱ्याच्या झुळकीबरोबर सुंदर, नाजूक, सुवासिक फूल उडत आलं आणि द्रौपदीच्या पायाशी येऊन पडलं. तिनं ते अलगद उचललं आणि त्याचा वास घेतला. 'वा! किती सुंदर वास आहे या फुलाचा. मला अशीच आणखी फुलं मिळायला हवीत,' असं तिच्या मनात आलं. तेवढ्यात भीम तिथे आला. प्रिय द्रौपदीची प्रत्येक इच्छा पूर्ण करायला तो नेहमीच तत्पर असे. तिनं भीमाला ते फूल दाखवलं– ''तुम्ही माझ्यासाठी अशी फुलं आणाल का?'' तिनं विचारलं. ''हो तर'' असं म्हणून भीम

त्या फुलांच्या शोधात बाहेर पडला. तो खूप वेळ हिंडला; पण तशी फुलं काही सापडली नाहीत.

तो परत निघाला. 'माझ्याइतका शक्तिमान कोणीच नाही. मीच सर्वांत बलवान आहे,' अशा विचारात गर्वानं तो चालत होता. जंगली श्वापदांना पळवून लावण्यासाठी तो मोठमोठ्यांदा गर्जना करत, ओरडत होता. त्याच वेळी परमवीर हनुमान त्याच जंगलात ध्यानाला बसला होता. भीमाप्रमाणेच तोही वायुपुत्रच होता. या नात्यानं तो भीमाचा मोठा भाऊ होता. हनुमानाला भीमाचा गर्व ठाऊक होता; त्यामुळे त्याला भीमाला धडा शिकवायचा होता. भीमाच्या पावलांचा 'दाणदाण' आवाज जवळजवळ येऊ लागला. तसं हनुमानानं एका वृद्ध वानराचं रूप घेतलं आणि तो भीमाच्या वाटेत आडवा पडून राहिला.

एका म्हाताऱ्या वानरानं आपली वाट अडवलेली पाहून भीमाला राग आला. ''ए माकडा, तू असा माझ्या मार्गात का आडवा पडला आहेस? चल, हो बाजूला. मी कोण आहे तुला ठाऊक नाही वाटतं?'' भीम गर्वानं गर्जना करत म्हणाला. त्यावर हनुमान त्याला म्हणाला, '' कोण आहेस तू?'' हनुमानानं नम्रपणे विचारलं. ''मी भीम. वायुदेवांचा पुत्र! माझी वाट अडवण्याचं धाडस कसं केलंस?'' भीम म्हणाला. ''बंधू भीमा, तू बघतोस ना मी किती म्हातारा आणि अशक्त आहे ते! मला इथून हलताही येत नाही. तूच माझी शेपूट उचल आणि वाटेतून बाजूला काढ.'' वृद्ध वानराचं सोंग घेतलेला हनुमान म्हणाला.

भीमानं शेपूट उचलण्यासाठी हातात धरली; पण ती इतकी जड होती की, त्याला सहज उचलता येईना. त्यानं पुन्हा प्रयत्न केला; पण ती जड होती. जणू जमिनीला चिकटली होती. हे पाहून भीम अचंबित झाला.

''एका सामान्य वानराच्या अंगात एवढी शक्ती असणं शक्यच नाही,'' त्याच्या मनात आलं. तो हनुमानासमोर मान झुकवून उभा राहिला. नमस्कार करून तो म्हणाला, ''मी तुमची शेपूट उचलू शकत नाही, हे मी मान्य करतो. तुम्ही नक्कीच सामान्य वानर नाही. तुम्ही खरंच कोण आहात? कृपया मला सांगा.''

''भीमा, मी तुला बंधू म्हटलं ना?'' असं म्हणून हनुमानानं आपलं मूळ रूप धारण केलं. सर्वश्रेष्ठ बलवंताला पाहून भीम चकित झाला. त्यानं हनुमानाचे पाय धरले आणि त्याची क्षमा मागितली. ''बलवीरा, मी आपल्याशी दुर्वर्तन केलं. मला क्षमा करा,'' तो म्हणाला. ''अनुज भीमा, मला तुझा अभिमान वाटतो; पण तू तुझ्या शक्तीचा गैरवापर करू नकोस. स्वत:पेक्षा दुर्बलांना मदत करून जो त्यांचं रक्षण करतो, तोच खरा बलवान! हे लक्षात ठेव–'' हनुमान म्हणाला. भीमानं त्याचा आशीर्वाद घेतला. कौरवांकडून राज्य परत मिळवण्यासाठी हनुमंतानं आपल्याला मदत करावी, अशी त्याला विनंती केली. ''अर्जुनाच्या रथाच्या ध्वजावर मी असेन,'' असं आश्वासन हनुमानानं त्याला दिलं. आपल्या मोठ्या भावाला वंदन करून भीम पुढे निघाला. हिमालयातल्या दाट जंगलात त्याला द्रौपदीला हवी असलेली फुलं सापडली. भीमानं त्यांतली थोडी फुलं वेचली आणि आनंदानं द्रौपदीकडे परत निघाला.

# युधिष्ठिर आणि यक्ष

वनवासात असताना, पांडवांनी अनेक ब्राह्मण आणि ऋषिमुनींना मदत केली. एके दिवशी एक ब्राह्मण पांडवांकडे आला. ''एका हरणानं माझा ध्वजदंड आणि समिधा पळवून नेल्यात. तुम्ही त्याला पकडून माझी सामग्री मला परत मिळवून द्याल का? त्या सामग्रीशिवाय मी यज्ञकर्म करू शकत नाही,'' त्यानं विनंती केली. त्याला मदत करणं हे आपलं कर्तव्य आहे, असं पांडवांना वाटलं; त्यामुळे ते हरणाच्या शोधात निघाले. झाडाझुडपांतून फिरत त्यांनी सारं रान पालथं घातलं. शेवटी, दमूनभागून ते एका झाडाखाली बसले. युधिष्ठिरानं नकुल आणि सहदेवाला पाण्याच्या शोधात धाडलं.

नकुलाला जवळच एक छोटं तळं दिसलं. तो तिथं जाऊन तळ्यातलं पाणी पिणार एवढ्यात, त्याला एक आवाज ऐकू आला– 'हे माझं तळं आहे. माझ्या सगळ्या प्रश्नांची उत्तरं दिल्याशिवाय या पाण्याला स्पर्श करू नकोस.' पण, नकुलानं त्या सूचनेकडे दुर्लक्ष केलं आणि ओंजळीनं तो तळ्यातलं पाणी प्याला आणि तत्क्षणी मरून पडला. काही वेळानं नकुलाला शोधतशोधत सहदेव तिथे आला. त्यानंही नकुलासारखं केलं आणि

तोही गतप्राण झाला.

थोडा वेळ गेला. आता दोघा भावांना शोधतशोधत अर्जुन त्याच तळ्याकाठी आला. त्यानंही ती आकाशवाणी ऐकली; पण त्याकडे लक्ष न देता त्यानंही पाणी प्यालं- तोही तिथेच मरून पडला. त्याच्यापाठोपाठ आलेल्या भीमाचीही तीच गत झाली. अखेर, युधिष्ठिर तिथे आला. आपल्या सर्व भावांचे मृतदेह पाहून त्याला रडू कोसळलं. त्याच्या भावांची ही अवस्था का आणि कशी झाली, हे तळ्याच्या दिशेनं आलेल्या आवाजानं त्याला समजलं. 'या तळ्याचे मालक असलेल्या महोदयांना माझा नमस्कार. मी माझ्या भावांच्या वतीनं आपली क्षमा मागतो. आपण कोण आहात?' युधिष्ठिर नम्रतेनं म्हणाला.

हे ऐकताच एक दिव्य पुरुष त्याच्यासमोर प्रकट झाला. ''मी यक्ष. देवयोनीतील यक्ष.'' तो म्हणाला. त्यानं युधिष्ठिराला अनेक प्रश्न विचारले. युधिष्ठिरानं त्या सर्व प्रश्नांची अगदी अचूक, बिनतोड उत्तरं दिली. अखेर यक्ष प्रसन्न होऊन म्हणाला, ''तुझ्या कुठल्या भावाला पुन्हा जिवंत करू ते सांग.''

''नकुलाला; कारण तो माता माद्रीचा पुत्र आहे. तो जिवंत झाला की, माझ्या दोन्ही मातांचा एक-एक तरी पुत्र जिवंत असेल-'' युधिष्ठिर म्हणाला. त्याच्या प्रामाणिकपणानं आणि न्यायी वृत्तीनं यक्ष प्रसन्न झाला आणि त्यानं युधिष्ठिराच्या सर्वच भावांना पुन्हा जिवंत केलं!

# पांडवांचा अज्ञातवास

दिवसांचे महिने झाले. महिन्यांची वर्षं झाली आणि पांडवांचा बारा वर्षांचा वनवास सरला. आता एक वर्षाचा अज्ञातवासाचा काळ होता. त्यासाठी त्यांना सुरक्षित स्थळाची गरज होती. त्यादृष्टीनं मत्स्य देशात 'निर्वासित' म्हणून जाऊन आश्रय घ्यावा, असं अर्जुनाला वाटत होतं. ''मत्स्यनरेश राजा विराट अत्यंत दयाळू आणि उदार आहे; तो नक्कीच आपल्याला मदत करेल,'' अर्जुन म्हणाला. ''पण या वर्षभरात आपल्याला कोणी ओळखलं, तर पुन्हा बारा वर्षांचा वनवास पत्करावा लागेल, हे विसरून चालणार नाही–''भीमानं सावधगिरीचा इशारा दिला. ''दुष्ट दुर्योधन आपल्याला शोधून काढण्याचा प्रयत्न करणारच. त्याची माणसं नेमली जातीलच,'' तो म्हणाला.

''हे मात्र खरं! आता आपण सगळे वेषांतर करू, म्हणजे कोणी आपल्याला ओळखणार नाही–''अर्जुनाच्या या म्हणण्याला नकुल आणि सहदेवानं सहमती दर्शवली. ''आपण सामान्य नागरिकासारखा वेष करून राजा विराटाकडे काम मागायला जाऊ'' असं पांडव आणि द्रौपदी यांनी ठरवलं. युधिष्ठिर द्यूताच्या खेळात तरबेज होता, तसंच

राज्यकारभारातही चतुर आणि जाणकार होता.

त्यानं राजाकडे तसं काम मागितलं. भीमाला खाण्याची फार आवड होती; त्यामुळे त्यानं 'मुख्य खानसामा' म्हणून मुदपाकखान्यात काम मागितलं. उर्वशीच्या शापामुळे अर्जुनाला एक वर्ष अर्धनारी म्हणून आयुष्य कंठायचं होतं; त्यामुळे त्यानं या रूपात हे एक वर्ष राहून राजा विराटाच्या मुलीचा– राजकन्या उत्तरेचा 'नृत्यशिक्षक' म्हणून विराटाची भेट घ्यायचं ठरवलं. नकुल आणि सहदेव यांना घोड्यांची आणि गाईंची उत्तम पारख होती. त्यांना विराटाच्या पदरी राहून अश्वशाळा आणि गोशाळेची जबाबदारी सांभाळण्याचं काम करता येणार होतं. द्रौपदीनं महाराणीची 'मुख्य दासी' म्हणून तिथं राहावं, असा सर्वांनी विचार केला. आता वेषाबरोबरच त्यांनी आपली नावंही बदलली. युधिष्ठिरानं 'कंक', तर भीमानं 'बल्लव' नाव घेतलं. अर्जुन 'बृहन्नडा' झाला, तर नकुल 'धर्मग्रंथी' आणि सहदेव 'तंत्रीपाल' झाला. द्रौपदीनं 'सैरंध्री' हे नाव घेतलं. सगळ्यांनी आपापल्या 'भूमिके'नुसार वेषभूषा केली आणि ते मत्स्यदेशाकडे निघाले.

वाटेत युधिष्ठिरानं सगळ्यांनाच दक्ष राहायला सांगितलं. विशेषत: भीमाला– जेणेकरून त्याचं मूळ रूप कुठूनही उघड व्हायला नको. नाहीतर सगळ्यांबद्दलच संशय आला असता. ''भीमा, तुझ्या प्रसिद्ध रागाला आवर घाल–''युधिष्ठिर म्हणाला.

''दादा, माझं नाव आता बल्लव आहे. मला बल्लव म्हणा–''दबक्या आवाजात भीम म्हणाला. ''अरे हो! आता आपण एकमेकांना नव्या नावानं हाक मारायची सवय करून घ्यायला हवी–''युधिष्ठिर म्हणाला. मजल-दरमजल करीत पांडव द्रौपदीसह राजा विराटाच्या दरबारात आले. ''महाराज,

आम्ही निर्वासित आहोत. बेरोजगार आणि बेघर आहोत. आम्हाला आपल्या पदरी ठेवून काही काम द्यावे, जेणेकरून आमचा उदरनिर्वाह होईल–''युधिष्ठिराने विराटाला विनंती केली. विराटाने क्षणभर विचार केला. ''तुम्ही सर्वजण कष्टाळू आणि प्रामाणिक दिसता. मी तुम्हाला माझ्या राजवाड्यामध्ये कामाला ठेवेन–'' विराट म्हणाला. पांडवांनी वेषांतर केलं असल्यानं विराटानं त्यांना ओळखलं नाही. एका दृष्टीनं पांडवांची युक्ती सफल झाली. अशा रीतीनं ते विराटाच्या राजवाड्यात आपापल्या कामावर रुजू झाले.

'कंक' नेहमी राजा विराटाबरोबर असे. राजाला दैनंदिन राज्यकारभारामध्ये तो मदत करीत असे आणि संध्याकाळी राजाबरोबर द्यूताचा डाव खेळून, त्याचं मनोरंजनही करीत असे. 'बल्लवा'नं राजवाड्याच्या मुदपाकखान्याचा ताबा घेतला. तो राजपरिवारासाठी रुचकर पदार्थ करीत असे. त्याचे हात सदैव कामात गुंतलेले असत आणि मनात अज्ञातवासानंतरच्या योजनांचा विचार सुरू असे. 'हे एक वर्ष संपू दे– मग मी त्या नीच दुर्योधन आणि दु:शासनाला चांगला धडा शिकवेन–' तो मनाशी म्हणायचा. 'बृहन्नडा' राजकन्या उत्तरेला नृत्य शिकवत असे. 'धर्मग्रंथी'कडे अश्वशाळेची आणि तंत्रीपालाकडे गोशाळा सांभाळण्याची जबाबदारी होती. 'सैरंध्री' विराटाची पत्नी महाराणी सुदेष्णा हिची 'खास दासी' म्हणून सेवा करे, तिची विशेष काळजी घेई. तिला हवं-नको बघे. असे दिवस जात होते.

सुदेष्णेचा भाऊ कीचक नीच वृत्तीचा होता. एके दिवशी तो मत्स्यदेशी आला. सुदेष्णेची सुंदर दासी सैरंध्री हिच्यावर त्याची विखारी नजर पडली. तो तिच्या सौंदर्यानं आणि तारुण्यानं तिच्याकडे आकर्षित झाला. सैरंध्री त्याच्या मनात भरली. कीचकानं वाईट हेतू मनात धरून, सैरंध्रीला आपल्यासाठी भोजन घेऊन यायला सांगायला नोकरांना आज्ञा

केली. सैरंध्री त्याच्या कक्षात येताच, त्यानं तिच्याशी लगट करायला सुरुवात केली. ''हे सुंदरी, तू माझ्याशी लग्न करशील?'' त्यानं विचारलं.

''नाही. माझं लग्न झालं आहे–''सैरंध्रीनं उत्तर दिलं.

''कोणाशी?'' त्यानं विचारलं. ''एकाच नव्हे तर पाच वीर पुरुषांशी!'' ती म्हणाली.

''आणि तरीही तू दासी म्हणून नोकरी करतेस!'' कीचक कुत्सितपणे हसला. ''सुंदरी, तुझ्या पाचही पतींना विसर आणि माझ्याकडे ये. मी तुला राणीसारखं ठेवेन! ये–''त्याचं हे बोलणं ऐकून सैरंध्री संतापानं त्याच्या कक्षातून बाहेर पडली.

त्या रात्री तिनं मुदपाकखान्यात गुपचूप भीमाला भेटून सगळा प्रकार सांगितला. बल्लव संतापला. त्यानं कीचकाला धडा शिकवायचं ठरवलं. ''सैरंध्री, माझ्या मनात एक योजना आहे. मी सांगतो, तसं कर–''असं म्हणून, त्यानं सैरंध्रीच्या कानात ती योजना सांगितली. दुसऱ्या दिवशी सकाळी सैरंध्रीला कीचक दिसल्यावर, तिनं त्याला आमंत्रण दिलं– ''आज संध्याकाळी नृत्यशाळेजवळ या. तिथे मी तुमची वाट पाहीन.'' ''होय सुंदरी. मी येईन,'' कीचक आनंदानं म्हणाला. सगळं काही बल्लवाच्या योजनेनुसार चाललं होतं. संध्याकाळ झाली. कीचक नृत्यशाळेपाशी आला. सैरंध्री आणि बल्लव तिथे एका खांबाआड लपले होते. अंधारामुळे त्याला ते दिसले नाहीत. ''प्रिये सैरंध्री, कुठे आहेस तू?'' अधीरपणे त्यानं विचारलं. ''या इथे, खांबाआड–'' सैरंध्री म्हणाली. ते ऐकून कीचक खांबापाशी आला. त्याबरोबर बल्लव त्याच्यावर धावून गेला. कीचक बेसावध होता. बल्लवानं कीचकाला घट्ट पकडलं आणि उचलून जोरात जमिनीवर आदळलं. दुष्ट कीचक गतप्राण झाला. बल्लवानं नीच कीचकाचा वध केला.

दुसऱ्या दिवशी कीचकाच्या मृत्यूची वार्ता वाऱ्यासारखी पसरली. बलशाली कीचकाला

ठार मारणारा त्याच्याहून बलशाली वीर कोण?–याबद्दल सगळ्यांना उत्सुकता होती; पण 'तो वीर कोण' हे कोणालाच कळलं नाही. ''त्याच्यासारख्या भयंकर माणसाला मारणाऱ्या वीराच्या शक्तीची कल्पनाच करता येत नाही; पण तो कोण असेल बरं?'' सगळे दरबारी आपसांत चर्चा करत होते.

दरम्यान, कीचकाच्या मृत्यूची वार्ता हस्तिनापुरापर्यंत येऊन पोहोचली. दुःशासन धावतच दुर्योधनाच्या कक्षात ओरडत आला– ''बंधो, अरे ऐकलंस का? कीचकाचा वध झाला!'' ''काय? कीचक... तो वीरयोद्धा? तो मारला गेला?'' दुर्योधनानं विचारलं. त्याचा आपल्या कानांवर विश्वासच बसत नव्हता. तो त्वरेनं शकुनीला ही वार्ता सांगायला गेला. त्यावर ''दुर्योधना, या वार्तेचं तुला एवढं का नवल वाटतंय?'' असं त्यानं विचारलं.

''मामा, फक्त भीमच कीचकाचा वध करू शकतो. अन्य कोणी नाही. याचा अर्थ महाराज विराटांच्या राज्यात भीम लपला असेल का?'' दुर्योधनानं विचारलं. ''शक्य आहे. त्याचे इतर भाऊ आणि द्रौपदीही त्याच्याबरोबर असेल.'' शकुनी म्हणाला. ''मामाजी, मग आपण कसली वाट बघतोय? विराटावर स़्वारी करू आणि पांडवांना शोधून काढू. म्हणजे त्यांना पुन्हा बारा वर्षं वनवासात हाकलता येईल.'' दुर्योधन त्वेषानं म्हणाला. दुसऱ्याच दिवशी दुर्योधन विराटाच्या राज्यावर चालून गेला. या अचानक हल्ल्याला तोंड देण्यासाठी राजा विराट सिद्ध नव्हता. युद्धाच्या पहिल्याच दिवशी त्याचे अनेक सैनिक धारातीर्थी पडले, मारले गेले! त्या रात्री राजा विराट अस्वस्थ होता. ''कौरवांच्या बलाढ्य सैन्याला तोंड देण्याची शक्ती माझ्या सैन्यात नाही. माझे सैन्य त्यांच्याइतके तुल्यबळ नाही. युद्ध असेच सुरू राहिले, तर आपला पराभव अटळ आहे,'' राजा विराट आपला सल्लागार 'कंक' याला म्हणाला. 'कंक' त्याचा विश्वासू हितचिंतकही होता.

''नाही महाराज असं होणार नाही. कौरवांना माघार घ्यावीच लागेल, याची मला खात्री आहे–''कंक म्हणाला. ''खरंच? पण... ते कसं शक्य आहे?'' राजानं मनातली शंका बोलून दाखवली.

''महाराज, मला तुमच्या सैन्यात सामील करून घ्या. बल्लव, धर्मग्रंथी आणि तंत्रीपालसुद्धा उत्तम योद्धा आहेत. त्यांनाही तुमच्या बाजूनं उभं राहू द्या.'' कंकानं सुचवलं. विराटानं त्याची सूचना मान्य केली आणि दुसऱ्या दिवशी सकाळी जेव्हा युद्ध सुरू झालं, तेव्हा पाच पांडवांपैकी चारजण विराटाच्या सेनेत सामील झाले होते. त्यांनी वेषांतर केलेलं असल्यानं कौरवांना ते ओळखू येणं शक्य नव्हतं. विराटाचा मुलगा राजपुत्र उत्तर याच्या 'रथाचा सारथी' म्हणून बृहन्नडाही युद्धभूमीवर उतरली. समोर कौरवांचं प्रचंड संख्येनं असलेलं सैन्य पाहून राजपुत्र उत्तर घाबरून रथाच्या मागच्या भागात जाऊन बसला. ''बापरे! एवढ्या बलाढ्य कौरवांशी मी कसा सामना देणार? माझ्याकडे तर त्यांच्यासारखी अद्ययावत शस्त्रास्त्रंही नाहीत.'' तो म्हणाला.

त्या संध्याकाळी त्या दिवसापुरतं युद्ध थांबल्यानंतर, बृहन्नडा राजपुत्र उत्तर याला रथातून वनात घेऊन गेली. ''आपण इथे का आलो आहोत?'' त्यानं विचारलं. ''थांब आणि बघ–''बृहन्नडा मिश्किल हसत म्हणाली. मग अर्जुन एका झाडावर चढला आणि त्यावर ठेवलेली आपली विशेष अस्त्रं घेऊन उतरला. ती अस्त्रं उत्तराला देऊन म्हणाला, ''राजकुमार, ही अर्जुनाची अस्त्रं आहेत. एखादे वेळी उद्या युद्धात तुम्हाला त्यांची गरज पडेल.''

''अर्जुनाची अस्त्रं? त्यांच्याबद्दल तुला कसं माहीत?'' उत्तरनं विचारलं. ''कारण, मीच अर्जुन आहे; पण कृपाकरून हे युद्ध संपेपर्यंत ही गोष्ट कोणाला सांगू नका,'' अर्जुन म्हणाला. हे ऐकून राजकुमार उत्तर अतिशय

आनंदित झाला. स्वत: अर्जुन आपल्याबरोबर असल्याबद्दल त्यानं त्याचे आभार मानले. ''आता उद्याच्या युद्धात मी नक्कीच कौरवांचा पराभव करू शकेन,'' उत्तर आत्मविश्वासानं म्हणाला.

दुसऱ्या दिवशी पुन्हा बृहन्नडेच्या वेषात अर्जुन राजकुमार उत्तर याला घेऊन रथातून युद्धभूमीवर आला. त्यानंही शत्रू सैन्यावर बाण सोडले. एक स्त्री रथाचं सारथ्य करत आहे, हे पाहून कौरवांना फार आश्चर्य वाटलं. आपलं आश्चर्य ते लपवू शकले नाहीत. ''ती पाहा-ती स्त्री चक्क बाण सोडतेय. धनुर्धारी आहे ती!'' सैनिकांनी पुकारा केला. राजकुमार उत्तर आणि त्याच्या सैन्यानं धैर्यानं कौरवांचा सामना केला.

अखेर, कौरवांना माघार घ्यावीच लागली. राजकुमार उत्तर विजयी होऊन परतला, तेव्हा राजा विराटाला खूपच आनंद झाला. त्याच्या मनात आलं- 'आपली सेना कौरवांचा पराभव करणं शक्य नाही, हे मलाही ठाऊक आहे; पण कंक आणि त्याच्या साथीदारांमुळेच हे घडू शकलं. ही सामान्य माणसं नाहीत. एखाद्या वीरयोद्ध्यासारखे ते लढले आहेत!' हे विचार त्यानं उत्तरला बोलून दाखवले.

''पिताजी, तुम्ही म्हणता ते अगदी खरं आहे. ते सगळे पांडवबंधू आहेत- शूर वीर पांडव-''राजकुमार उत्तर म्हणाला. त्या वेळी पाचही पांडव आपल्या मूळ रूपात तिथं आले. एवढ्या महान व्यक्तींबरोबर राहण्याचं भाग्य लाभल्याबद्दल राजा विराटाला खूप आनंद झाला; पण त्याचबरोबर आपण त्यांना सामान्य माणसांसारखी वागणूक दिल्याबद्दल खंतही वाटली- ''युधिष्ठिर, मी कळत-नकळत तुम्हाला दुखावलं असेल, तर मला क्षमा करा.'' तो म्हणाला. ''महाराज, आपण असं बोलून मला लाजवू नका. इथे वेषांतर करून राहिल्याबद्दल खरंतर आम्हीच तुमची क्षमा मागायला हवी; पण आमचा

नाइलाज होता. महाराज, तुम्ही आम्हाला आश्रय दिलात, त्याबद्दल आम्ही आजन्म ऋणी राहू. तुमचे उपकार आम्ही कधीच विसरणार नाही–''युधिष्ठिर मनापासून म्हणाला.

राजा विराटानं अर्जुनाला एक विनंती केली–''माझी कन्या उत्तरा हिचा पत्नी म्हणून स्वीकार करावा.'' पण ''ती माझी शिष्या म्हणजेच एका अर्थी कन्याच होती,'' असं म्हणून अर्जुनानं राजाची विनंती अमान्य केली. तो म्हणाला, ''महाराज, माझा पुत्र अभिमन्यू याच्यासाठी मी आपल्या कन्येला मागणी घालतो.'' विराटानं आनंदानं अर्जुनाची ही 'मागणी' मान्य केली. त्यानं लगेचच आपल्या मंत्र्यांना या विवाहाच्या सिद्धतेची आज्ञा दिली. देशोदेशींच्या राजा-महाराजांना विवाहाची निमंत्रणे धाडण्यात आली. सुमुहूर्त पाहून लावण्यवती राजकुमारी उत्तरा आणि राजपुत्र अभिमन्यू यांचा विवाह मोठ्या थाटामाटानं करण्यात आला.

कृष्ण आणि बलरामही उत्तरा आणि अभिमन्यूला आशीर्वाद देण्यासाठी उपस्थित होते.

इकडे, धृतराष्ट्राच्या दरबारात सगळीकडे गोंधळाचं आणि तणावाचं वातावरण निर्माण झालं होतं. आपला पराभव झाला हे सत्य दुर्योधन पचवू शकत नव्हता. ''एवढीशी सेना असलेला विराट राजा आपला पराभव कसा करू शकेल? स्त्री वेषातला तो सारथी म्हणजे नक्कीच अर्जुन असणार–''तो ओरडून म्हणाला. त्याच्या म्हणण्याला दुजोरा देत दु:शासन म्हणाला–

''दादा, तू म्हणतोस ते अगदी बरोबर आहे. त्या अर्जुनाखेरीज इतकं तरबेज कोणी असूच शकत नाही.'' तेवढ्यात, दुर्योधन मोठ्यांदा कावेबाजपणे हसून म्हणाला, ''वा! वा! याचा अर्थ पांडव अज्ञातवासात असताना आपण त्यांना ओळखलं- म्हणजेच आता आपण त्यांना परत बारा वर्षं वनवासात पाठवू शकतो!'' ''चुकतो आहेस तू दुर्योधना!'' पितामह भीष्म मध्येच म्हणाले. ''इतके आनंदून जाऊ नका. तुम्ही अर्जुनाला ओळखलंत, त्याच्या बरोब्बर आदल्याच दिवशी त्यांचा अज्ञातवासाचा काळ संपला होता. त्यांनी बारा वर्षांचा वनवास आणि एक वर्षाचा अज्ञातवास नियमानुसार यशस्वीपणे संपवला आहे. आता ते त्यांच्या राज्यात परत येऊ शकतात.''

''हो; पण मी त्यांना त्यांचं राज्य परत दिलं तर!'' दुर्योधन खेकसून म्हणाला. पितामहांना दुर्योधनाच्या बोलण्याचा राग आला. ''हे पाहा, पांडवांना त्यांचं राज्य मिळायलाच हवं, तो त्यांचा हक्क आहे.'' ते म्हणाले.

''अस्सं? मग त्यांना ते आमच्याशी लढूनच परत मिळवावं लागेल-''दुर्योधन उद्धटपणे म्हणाला.

# युधिष्ठिराचा शांती-प्रस्ताव

अभिमन्यू आणि उत्तरेच्या विवाहसोहळ्यानंतर युधिष्ठिरानं राजा विराटाची भेट घेतली आणि भविष्यातल्या योजनांबद्दल चर्चा केली. 'पांडवांनी सर्व अटी पूर्ण केल्यानं आता त्यांना त्यांचं राज्य परत द्यावं,' असा प्रस्ताव राजा विराटानं एका दूताकरवी हस्तिनापूरला धृतराष्ट्राकडे पाठवावा, असं या वेळी ठरलं. त्याप्रमाणे, एका शांतिदूताला हस्तिनापुरी पाठवण्यात आलं; पण गर्विष्ठ आणि उद्दाम दुर्योधनानं पांडवांना त्यांचं इंद्रप्रस्थ परत करायला स्पष्ट नकार दिला.

कृष्णाचा सल्ला घेण्यासाठी आणि त्यानं पाठिंबा द्यावा, अशी विनंती करण्यासाठी अर्जुन द्वारकेला गेला. कृष्णाच्या राजवाड्यात त्याची भेट घेण्यासाठी त्याच्या कक्षात गेला तेव्हा कृष्ण गाढ झोपलेला आहे आणि दुर्योधन त्याच्या उशाशी बसला आहे, असं दृश्यं त्यानं पाहिलं. दुर्योधनही कृष्णाचा सल्ला आणि मदत घेण्यासाठीच तिथं आला होता. अर्जुन शांतपणे कृष्णाच्या पायाशी बसला. कृष्णानं डोळे उघडले, तेव्हा स्वाभाविकपणे त्याचं पायाशी बसलेल्या अर्जुनाकडे आधी लक्ष गेलं. त्यानं अर्जुनाला त्याची इच्छा विचारली. ''मी अर्जुनाच्या आधी आलो आहे तेव्हा आधी मला विचारायला हवं,''

असं म्हणून दुर्योधनानं हरकत घेतली; पण ''मी अर्जुनाला आधी पाहिलं,'' असं म्हणून कृष्णानं स्वत: पांडवांना मदत करायचा पर्याय निवडला.

मग दुर्योधन बलरामाकडे गेला; पण दोघा चुलतभावांमधल्या संघर्षापासून दूर राहण्याचा निर्णय बलरामानं घेतला. ''मी कुणालाच मदत करणार नाही,'' त्यानं सांगितलं. नंतर तो तीर्थयात्रेला निघून गेला. दुर्योधन द्वारकेतून निघाल्यावर, कृष्ण अर्जुनाबरोबर मत्स्यदेशी गेला. भीम, अर्जुन, नकुल, सहदेव–सगळ्यांनाच आपण युद्धाच्या तयारीला लागावं, असं वाटत होतं; पण तहाचा एक शेवटचा प्रयत्न करून बघावा, असं युधिष्ठिराचं मत होतं. ''युद्धाने फक्त विनाशच घडतो. मला वृथा रक्तपात नको आहे. म्हणून हे कृष्णा, कौरवांनी सामंजस्यानं आणि शांततेनं आम्हाला राज्य परत द्यावं, यासाठी तू कौरवांचं मन वळवावंस, अशी माझी तुला विनंती आहे–'' युधिष्ठिर नम्रपणे कृष्णाला म्हणाला.

द्रौपदीच्या मनात अजूनही सुडाची भावना होती. ''मी द्रौपदी– जगन्नियंत्या श्रीकृष्णाची बहीण, पाच बलवीरांची पत्नी–मला अत्यंत अपमानास्पद प्रसंगाला तोंड द्यावं लागलं. कृष्णा, विसरू नकोस. दु:शासनाच्या रक्तानंच मी माझे केस धुणार आहे–त्याच्याच रक्तानं मी न्हाणार आहे.'' द्रौपदीचे हे धारदार उद्गार ऐकून कृष्णानंही तिच्या अपराध्यांना कडक शासन करण्याचं वचन दिलं.

पांडवांचा राजदूत म्हणून कृष्ण धृतराष्ट्राच्या दरबारात गेला. ''महाराज, युधिष्ठिराला युद्ध नको आहे. तुमच्या बंधूंच्या मुलांना न्याय द्या. त्यांना राज्यातला त्यांचा न्याय्य वाटा

द्या.'' कृष्णानं विनंती केली.

धृतराष्ट्र काही बोलण्याआधीच त्याचा अति लाडावलेला पुत्र दुर्योधन ओरडला– ''कृष्णा, त्या पांडवांची तरफदारी करू नकोस. तुझ्या काय–कोणाच्याच बोलण्याचा माझ्यावर परिणाम होणार नाही. मी त्या पांडवांना काहीही देणार नाही.''

''दुर्योधना, तुझ्या अशा बेताल आणि बेजबाबदार वर्तनाचे दुष्परिणाम साऱ्या कुरुवंशाला भोगावे लागतील. संपूर्ण विनाशापासून तुझ्या वंशाला वाचव. पांडवांना त्यांच्या न्याय्य वाट्याचं अर्धं राज्य दे.'' कृष्णाने दुर्योधनाला समजावण्याचा प्रयत्न केला. ''शक्यच नाही. कदापि शक्य नाही. कृष्णा, तू तुझा वेळ का वाया घालवतो आहेस? मी त्या पांडवांना अर्धं राज्य देणार नाही,'' दुर्योधन उद्दामपणे म्हणाला.

''ठीक आहे. अर्धं राज्य नाही, तर निदान पाच गावं तरी दे,'' कृष्ण म्हणाला.

''नाही, त्रिवार नाही. मी त्यांना तसूभरही जमीन देणार नाही, मग पाच गावांची गोष्टच सोड–''दुर्योधन ओरडला.

''असं असेल तर मग युद्ध करण्याखेरीज पांडवांकडे पर्यायच उरणार नाही. आता युद्धाला सिद्ध हो–'' कृष्णानं निर्वाणीचं सांगितलं. त्यावर छद्मीपणे हसत दुर्योधन म्हणाला, ''अस्सं? हा इशारा समजायचा की धमकी? मी त्या पाच चिलटांना का घाबरावं? येऊ दे त्यांना.''

''ठीक आहे. दुर्योधना, तुला तुझ्या उद्दामपणाचा पश्चात्ताप करायची वेळ लवकरच येणार आहे, लक्षात ठेव. त्याचे परिणाम भोगायला तुझ्या हस्तिनापुराची तयारी करून ठेव.'' असं म्हणून कृष्ण दरबारातून बाहेर पडला आणि मत्स्यदेशी परतला. अशा तऱ्हेनं, युधिष्ठिराचा शांती-प्रस्तावाचा शेवटचा प्रयत्नही असफल झाला. सामान्य नागरिकांसाठी युद्ध त्रासदायक ठरतं; पण ते टाळता येणार नाही हे जाणवून युधिष्ठिराला वाईट वाटलं. त्याच्याकडे पर्याय नव्हता. ''युधिष्ठिरा, आता युद्धाला तयार हो. चांगल्याचा वाइटावर, सत्याचा असत्यावर, न्यायाचा अन्यायावर नेहमी विजय होतो, हे जगाला दाखवून दे. उदात्त कारणासाठी आणि न्याय्य हक्कासाठी लढण्याची वेळ आता आली आहे–'' कृष्ण म्हणाला.

# इंद्र आणि कर्ण

युद्ध अटळ होतं. कौरव आणि पांडव–दोघंही युद्धाच्या तयारीला आणि चाल-प्रतिचाल यांच्या नियोजनाला लागले. दोन्ही पक्षांत युद्धनीतीची आखणी सुरू झाली. दोघंही 'परस्परांची बलस्थानं आणि दुर्बलस्थानं कोणती' याची चाचपणी करायला लागले. पांडवांकडे अर्जुनासारखा धुरंधर धनुर्धर होता, तर कौरवांकडचा कर्णही काही कमी नव्हता. काहीजण तर अर्जुनापेक्षा कर्णालाच श्रेष्ठ मानत असत. अर्जुनाचा पिता इंद्र याच्या मनात या गोष्टीचा सल होता.

स्वर्गात बसून इंद्र अर्जुनाच्या सुरक्षिततेचीच काळजी करत होता. अर्जुनाचं कसं रक्षण करावं, याचाच विचार करीत होता. त्याला कर्णाच्या अंगावर जन्मजात सुवर्णकवच आणि कुंडलं आहेत, हे ठाऊक होतं. ही नैसर्गिक संरक्षक कवच-कुंडलंच त्याच्याकडून काढून घ्यायचं त्यानं ठरवलं. कर्ण अत्यंत उदार म्हणून विख्यात होता. इंद्रानं त्याचाच फायदा घेतला. इंद्रानं गरीब ब्राह्मणाचा वेश घेतला आणि तो कर्णाकडे आला. ''कोणाही याचकाला तुम्ही विन्मुख पाठवत नाही, असं मी ऐकलंय.

मी तुमच्याकडे काहीतरी मागायला आलोय,'' ब्राह्मणवेशातला 'याचक' इंद्र म्हणाला. ''विप्रवर, तुम्हाला काय हवं आहे, ते नि:संकोच मागा. मी तुमची मागणी पूर्ण करेन,'' कर्ण नम्रपणे म्हणाला.

इंद्र याच क्षणाची वाट पाहत होता. ''कर्ण महाराज, मला तुमचे सुवर्णकवच आणि कुंडलं हवीत,'' त्याची ही मागणी ऐकून कर्ण क्षणभर थांबला. हे दान देऊन त्याचं आयुष्य पणाला लागणार होतं; पण तो उदारहृदयी सूर्यपुत्र त्या ब्राह्मणाला विन्मुख कसा पाठवणार? कर्णानं तत्क्षणी तलवार उपसली आणि आपलं सुवर्णकवच आणि कुंडलं शरीरावरून कापून काढली. ''विप्रवर, हे घ्या तुम्हाला हवं असलेलं माझं सुवर्णकवच आणि कुंडलं-''असं म्हणून त्यानं 'ब्राह्मणा'ला कवच-कुंडलाचं दान देऊन टाकलं. त्या क्षणी निसर्गही स्तब्ध झाला. वारा वाहायचा थांबला आणि समुद्रातल्या लाटा गोठून गेल्या! इंद्रानं हे काय केलं? तो इतका पाषाणहृदयी कसा झाला? कर्णाचा उदारपणा पाहून इंद्रसुद्धा प्रभावित आणि लज्जित झाला. त्यानं आपलं मूळ रूप घेतलं आणि कर्णासमोर उभा राहिला. स्वत:च्या कावेबाजपणाबद्दल, स्वार्थीपणाबद्दल त्यानं कर्णाची मनापासून क्षमा मागितली. कर्णाबद्दल कृतज्ञता व्यक्त करण्यासाठी इंद्रानं स्वत:चं सर्वांत शक्तिमान अस्त्र- 'वासवी शक्तिअस्त्र' त्याला दिलं. ''कर्णा, या अस्त्राचा उपयोग विचारपूर्वक कर. कारण, त्याचा उपयोग तुला फक्त एकदाच करता येईल,'' असं सांगून त्यानं कर्णाला आशीर्वाद दिला आणि त्याचा निरोप घेतला.

# कुंती आणि कर्णाची भेट

अर्जुनाच्या जीविताची काळजी असणारी दुसरी व्यक्ती म्हणजे, त्याची आई कुंती. अर्जुनाला हरवण्याची क्षमता फक्त कर्णातच आहे, हे तिला ठाऊक होतं. युद्धाच्या पूर्वसंध्याकाळी ती कर्णाला भेटायला गेली. कर्ण आपलाच मुलगा असल्याचं सत्य तिनं मोठ्या जड अंतःकरणानं कर्णाला सांगितलं.

हे ऐकून कर्ण सुन्न झाला. काय बोलावं हे त्याला सुचेना. कुंतीकडे एकटक पाहत, व्यथित अंतःकरणानं तो म्हणाला, ''माते, मला जेव्हा तुझी सर्वांत जास्त गरज होती, तेव्हाच तू मला असं का सोडून दिलंस?'' कुंतीचे डोळे भरून आले. ''बाळा, माझा नाइलाज होता रे! मी तुझ्यावर अन्याय केला, हे मला ठाऊक आहे; पण माझ्या हातात काहीच नव्हतं रे! बाळा, मी तुझी अपराधी माता आज तुझ्यासमोर उभी आहे. शक्य असेल तर मला माफ कर किंवा तुला हवी ती शिक्षा दे.'' ती म्हणाली. हे ऐकून कर्णाच्याही डोळ्यांतून अश्रुधारा वाहू लागल्या. ''माते, रडू नकोस आणि असं काहीतरी बोलू नकोस. आजपर्यंत मी माझ्या जन्मदात्रीला शोधत होतो. तू माझ्या डोळ्यांसमोर वावरत होतीस; पण मी तुला ओळखू शकलो नाही; पण मी तुझा मुलगा आहे, हे तुला माहीत

होतं, तर तू माझ्यापासून दूर का गेलीस?'' कर्णानं विचारलं. कर्णाच्या या निरागस, निष्पाप प्रश्नाचं उत्तर कुंतीकडे नव्हतं. मोठा हृदयस्पर्शी क्षण होता तो!काही वेळानं कुंती म्हणाली, ''कर्णा, अर्जुन तुझा भाऊ आहे– तुझा स्वत:चा सख्खा धाकटा भाऊ... कृपा कर– त्याच्याकडे शत्रू म्हणून पाहू नकोस. मी त्याच्या प्राणांची तुझ्याकडे भीक मागते. या युद्धात तू पांडवांच्या बाजूने उभा राहा, अशी मी तुला विनंती करते.'' ''माते, आता वेळ निघून गेली आहे. जेव्हा तुझे अन्य पुत्र 'सूतपुत्र' म्हणून मला हिणवत होते, तेव्हा तू कुठे होतीस? तेव्हा तू त्यांना मी त्यांचा मोठा भाऊ आहे, असं का नाही सांगितलंस? आणि आता तुझ्या त्या पुत्रांचे जीव धोक्यात आल्यावर, तू मला तुझ्या आईपणाची आणि त्यांच्या 'बंधू' म्हणून नात्याची आठवण करून द्यायला इथे आली आहेस? आता एका मित्रत्वाच्या नात्याखेरीज मी दुसरं कुठलंच नातं ओळखत नाही. माझ्या मित्रानंच माझा मान ठेवला आहे, अपमानित होण्यापासून माझं रक्षण केलं आहे.

''मी परममित्र दुर्योधनाशी एकनिष्ठ आहे. मी त्याचा विश्वासघात करू शकत नाही. तुझा पुत्र अर्जुन नेहमीच माझा शत्रू राहील. माते, मात्र तुझ्या अन्य चार पुत्रांपैकी कोणालाच मी मारणार नाही, एवढं वचन मी तुला देऊ शकतो. मी अर्जुनाला मारेन, नाहीतर अर्जुनाच्या हातून मी मरेन. कोणत्याही परिस्थितीत तू पाच पांडवांची माता राहशील– कर्णासह किंवा अर्जुनासह!'' दु:खानं, जड अंत:करणानं कुंती तिच्या निवासस्थानाकडे परतली.

# कर्णाला परशुरामांचा शाप

दुर्योधनाने कर्णाला अंग राज्याचा राजा केल्यानंतर कर्ण अंगराज म्हणून ओळखला जाऊ लागला. त्याची आणि दुर्योधनाची मैत्री दृढ होत गेली. कर्णाने आपली कवच-कुंडलं इंद्राला दान केल्यानंतर दुर्योधनाने कर्णाला ब्रह्मास्त्र प्राप्त करून घेण्यास सुचवलं. म्हणून कर्णाने ब्रह्मास्त्रप्राप्तीसाठी द्रोणाचार्यांना विनंती केली; पण नेहमीप्रमाणे द्रोणाचार्यांनी तो सूतपुत्र असल्याची जाणीव त्याला करून दिली आणि त्याला ब्रह्मास्त्र देण्यास नकार दिला.

त्यानंतर कर्णाने ब्रह्मास्त्रप्राप्तीसाठी भगवान परशुरामांकडे जायचा निर्णय घेतला; पण भगवान परशुराम फक्त ब्राह्मणांना विद्यादान करतात, याची त्याला कल्पना होती. त्यामुळे परशुरामांकडे गेल्यावर त्याने परशुरामांना तो ब्राह्मणपुत्र आहे, असं खोटंच सांगितलं. परशुरामांकडे त्याचं अध्ययन सुरू झालं. तो अतिशय अभ्यासू, निष्ठावान आणि प्रामाणिकपणे प्रयत्न करणारा असल्यानं, गुरू परशुरामांचा तो अत्यंत आवडता शिष्य झाला. त्याने परशुरामांकडून ब्रह्मास्त्र प्राप्त केलं.

एके दिवशी परशुराम एका झाडाखाली कर्णाच्या मांडीवर डोकं ठेवून शांतपणे विश्रांती घेत होते. थोड्याच वेळात त्यांना झोप लागली. दरम्यान, कर्णाच्या मांडीखाली आलेल्या एका मोठ्या किड्यानं कर्णाच्या मांडीचा चावा घेऊन ती पोखरायला सुरुवात केली. कर्णाला त्या वेदना असह्य होत होत्या. त्यानं हातांच्या मुठी घट्ट आवळून ओठांवर दात

रोवून धरले; कारण थोडी जरी हालचाल झाली असती, तरी त्याच्या गुरुदेवांची झोपमोड झाली असती! किड्यानं कर्णाच्या मांडीचा चावा घेतघेत त्याला मोठी जखम झाली आणि त्यातून भळाभळा रक्त वाहायला लागलं. तरीही कर्णानं हूं की चूं केलं नाही. शांतपणे वेदना सहन करत राहिला. हळूहळू रक्त वाहत मांडीवर झोपलेल्या गुरूंच्या गालाला लागलं.

रक्ताचा तो गरम स्पर्श झाल्यानं परशुराम एकदम जागे झाले. उठून बसले. ''कर्णा, अरे काय हे? तुझ्या मांडीतून केवढं रक्त वाहतंय आणि तू काहीच न बोलता हे शांतपणे सहन करतो आहेस?'' त्यांनी विचारलं. कर्णानं वेदनेनं आपले ओठ दाबून धरले. ''गुरुदेव, मला आपली झोपमोड होऊ द्यायची नव्हती,'' कर्ण हळूच म्हणाला. वेदना सहन करण्याची ही प्रचंड क्षमता पाहून गुरू परशुराम चकित झाले. 'नाही. एखाद्या ब्राह्मणपुत्रात एवढी सहनशक्ती असणं शक्य नाही. कर्ण नक्कीच ब्राह्मणपुत्र नाही.' त्यांच्या मनात हा विचार चमकून गेला. त्यांनी शंकेच्या स्वरात कर्णाला विचारलं– ''कर्णा, खरं सांग, तू कोण आहेस?'' आता कर्ण गुरूंशी खोटं बोलू शकला नाही. त्यानं शरमेनं मान खाली घातली. गुरूंसमोर जाऊन तो म्हणाला, ''गुरुदेव, मी ब्राह्मण नाही. मी सारथीपुत्र आहे.'' परशुराम भयंकर संतापले. ''तू असं खोटं बोलून माझ्या आश्रमात यायचं धाडस कसं केलंस?'' ते मोठ्यानं गरजले. ''गुरुदेव, मला क्षमा करा. मला फक्त आपल्यासारख्या सर्वश्रेष्ठ गुरूंकडून ब्रह्मास्त्र प्राप्त करून घ्यायचं होतं,'' असं म्हणत, कर्णानं परशुरामांचे पाय धरून त्यांची क्षमायाचना केली.

परंतु, परशुरामांना त्याची दया आली नाही. त्यांनी कर्णाचे हात बाजूला केले आणि म्हणाले, ''कर्णा, तू माझा सर्वोत्तम शिष्य होतास; पण तूच माझा विश्वासघात केलास, माझ्याशी खोटं बोललास, मला फसवलंस हेही खरं आहे; त्यामुळे हे कर्णा, मी तुला शाप देतो की, जेव्हा तुला ब्रह्मास्त्राची सर्वांत जास्त गरज असेल, तेव्हा तुला त्या मंत्रांचं विस्मरण होईल. मला फसवून तू ज्ञान ग्रहण केलं आहेस, तेच ज्ञान तुला सर्वांत जास्त गरज असेल, तेव्हा तुला सोडून जाईल.''

कर्ण घाबरला. त्यानं परशुरामांची पुन:पुन्हा क्षमा मागितली; पण परशुरामांनी अत्यंत कठोरपणे कर्णाला आपल्या आश्रमातून हाकलून दिलं.

# युद्धाला प्रारंभ

महाभारताच्या युद्धाची घोषणा झाली. ते सर्व काळातील सर्वांत मोठं धर्मयुद्ध होतं. युद्धाच्या अटी आणि नियम निश्चित केले गेले. हे युद्ध सूर्योदय ते सूर्यास्त या वेळातच होणार होतं. जखमी आणि नि:शस्त्र योद्ध्यांवर हल्ला केला जाणार नव्हता. युद्ध समान दलांमध्येच होणार होतं. रथदळातला सैनिक शत्रुपक्षाच्या रथदळातल्याच सैनिकाशी, तर पायदळातला सैनिक शत्रूच्या पायदळातल्याच सैनिकाशी लढणार होता. सूर्यास्तानंतर सर्व योद्धे आपापल्या शिबिरात परतणार होते. जखमींवर वैद्यांकडून उपचार होणार होते. सूर्यास्तानंतर कोणालाही कोणत्याही शिबिरात भेटायला जाण्याची मुभा होती.

सूर्योदय झाला. दोन्ही सैन्यांनी युद्धभूमी कुरुक्षेत्राकडे कूच केलं. युद्धाला तोंड फुटलं. रणवाद्यं, ढोल, नगारे, शंखध्वनी आणि शस्त्रास्त्रांचा खणखणाट वातावरणात घुमला. दोन्ही पक्षांना मांडलिक राजांचं पाठबळ होतं. पितामह भीष्म कौरवसेनेचे सेनापती होते, तर पांडवसेनेच्या सेनापतिपदाची जबाबदारी धृष्टद्युम्नाकडे होती.

या युद्धात आपण प्रत्यक्ष सहभागी व्हायचं नाही, असं कृष्णानं ठरवलं होतं; त्यामुळे, तो ‘अर्जुनाच्या रथाचा सारथी’ म्हणून युद्धभूमीवर हजर होता. शंख फुंकून युद्ध सुरू झाल्याचा संकेत दिला गेला. अर्जुनाच्या रथाच्या घोड्यांचे लगाम हातांत घेऊन कृष्ण अर्जुनाच्या आज्ञेची वाट पाहत होता.

अर्जुनानं समोर उभ्या असलेल्या प्रचंड कौरवसेनेकडे एक नजर टाकली. पितामह भीष्म, गुरू द्रोणाचार्य, दुर्योधन आणि इतर सर्वजण युद्धाच्या पवित्र्यात उभे होते. अचानक अर्जुनाच्या मनात आलं– ‘अरे, मी या सर्वांच्या विरुद्ध लढणार आहे? पण ही तर सगळी ‘माझी’ माणसं आहेत. स्व-जन आहेत, गुरू आहेत, नातेवाईक, मित्र आहेत.’

‘‘अर्जुना, काय झालं?’’ अर्जुनाला हतबल अवस्थेत उभं असलेलं पाहून कृष्णानं विचारलं. ‘‘कृष्णा, मी हे युद्ध नाही करू शकत. मी माझ्याच माणसांना कसा मारू? पितामह भीष्म, गुरू द्रोणाचार्य, गुरू कृपाचार्य... या वडीलधाऱ्यांना मी मारायला निघालोय! त्यांच्यावर मी शस्त्र कसं उगारू? सगळे माझे काका, भाऊ, मित्र आणि प्रियजन आहेत. त्यांच्यावर मी बाण कसे सोडू?’’ थरथरत्या आवाजात अर्जुन म्हणाला आणि रथाच्या मागच्या भागात येऊन बसला.

कृष्ण चकित झाला. ‘‘अर्जुना, तू आता हे करू शकत नाहीस. अरे, युद्धाला प्रारंभ झाला आहे. आता माघार घ्यायला संधी नाही. तुझं गांडीव हातात घे आणि युद्धाला सुरुवात कर–’’कृष्ण ओरडून म्हणाला. ‘‘नाही रे कृष्णा. मला हे शक्य नाही. ज्यांच्यासमवेत मी आजवर राहिलो, मोठा झालो, त्यांना मी कसं मारू? ती माझी माणसं आहेत रे...’’ हे बोलताना अर्जुनाचा गळा दाटून आला. ‘‘नाही. ती तुझी माणसं नाहीत,’’ कृष्णानं मध्येच त्याचं बोलणं तोडलं. ‘‘ही

वेळ फक्त कर्तव्यपूर्तीची आहे. ऊठ, हे सर्वश्रेष्ठ वीरा–ऊठ, युद्धाला सिद्ध हो–''कृष्ण म्हणाला.

''अरे; पण सगळीकडे माझी नात्याची माणसंच दिसताहेत, मी कुणाशी युद्ध करू?'' अर्जुनानं विचारलं. ''अर्जुना, त्यांना 'स्व-जन' मानू नकोस. त्यांना दुष्प्रवृत्त मान. दुष्प्रवृत्तींशी लढणं हेच तुझं कर्तव्य आहे,'' कृष्ण म्हणाला; पण कृष्णाच्या या प्रेरक शब्दांचा अर्जुनावर काहीच परिणाम झाला नाही. मग कृष्णानं त्याचं विश्वरूप पाहण्यासाठी अर्जुनाला दिव्य दृष्टी प्रदान केली. कृष्णाच्या तळहातातून एक प्रकाशकिरण निघाला आणि तो अर्जुनाच्या डोळ्यांवर पडला.

''अर्जुना, जागा हो. डोळे उघड आणि अंतिम सत्य पाहा–'' कृष्ण म्हणाला.

अर्जुनानं डोळे उघडले आणि काय चमत्कार– अत्यंत तेजस्वी, अत्यंत पवित्र आणि विश्वात्मक रूपात भगवान श्रीकृष्णाचं दर्शन झालं. आजवर कोणालाच झालं नाही, असं अभूतपूर्व विश्वदर्शन त्या क्षणी अर्जुनाला झालं.

''मीच अंतिम सत्य आहे. जेव्हा जेव्हा अधर्म, अनाचार वाढतो तेव्हा त्याचा विनाश करण्यासाठी आणि धर्म, सत्याचाराचं रक्षण करण्यासाठी, पृथ्वीवर धर्मसंस्थापनेसाठी मी प्रत्येक युगात जन्म घेतो.

या जगात सतत स्थित्यंतर होत असतं– भूत-वर्तमान-भविष्य अशा काळ-चक्रात हे विश्व फिरत असतं. कुठलीच गोष्ट स्थिर, आहे तशीच राहत

नाही. आज जे आहे, ते उद्या राहणार नाही. हा तर विश्वाचा नियमच आहे,'' कृष्णानं अर्जुनाला अलौकिक ज्ञान दिलं.

''जे मिळेल, त्यावर अधिकार मानू नकोस; जे हातून निसटेल, त्याबद्दल दुःख करू नकोस; कारण काहीच तुझं नाही आणि तुझं कोणीही नाही. या जगात तू एकटा आणि रिकाम्या हातांनी आला आहेस आणि इथून तुला असंच जायचं आहे. जो आज इथे जन्माला येतो, तो उद्या मरणारच आहे. तुम्ही इथे फक्त तुमची कर्तव्यं करण्यासाठीच येता. तुम्हाला देवाच्या आज्ञेनुसारच वागावं लागतं. तुझा विजय साजराही करू नकोस आणि पराभव झाला, तर त्याचं दुःखही मानू नकोस. जे काही घडतं, ते भगवंताच्या इच्छेनं आणि तुमच्या कल्याणासाठीच घडतं, हे लक्षात ठेव.'' अर्जुन कृष्णाचा शब्द न् शब्द कान देऊन ऐकत होता. ''तू जेव्हा तुझ्या शत्रूला ठार करतोस, तेव्हा तू त्याचं फक्त शरीर नष्ट करत असतोस, त्याचा आत्मा नाही. आत्म्याला जन्मही नाही आणि मृत्यूही नाही. कुठलंही शस्त्र त्याचा वध करू शकत नाही, कुठलाही अग्नी त्याला जाळू शकत नाही, कुठलंही वादळ त्याला नष्ट करू शकत नाही की जल त्याला भिजवू शकत नाही. अर्जुना, हतबल होऊ नकोस. तू कोणतंही पाप करत नाहीस. तू फक्त माझ्या आज्ञेचं पालन करतो आहेस. जागृत हो– ऊठ. तुझं कर्तव्य पूर्ण कर.'' कृष्ण म्हणाला.

कृष्णानं अर्जुनाला दिलेलं हे ज्ञान 'भगवद्गीता' म्हणून प्रसिद्ध आहे. कृष्णाच्या बोलण्यानं अर्जुनाला उत्साह आला. त्याला नवीन ज्ञान मिळालं. तो रथात उठून उभा राहिला. ''अर्जुना, श्रेष्ठ धनुर्धरा, उचल तुझं दिव्य गांडीव–चांगल्यानं वाइटावर विजय मिळवण्यासाठी, न्यायानं अन्यायावर मात करण्यासाठी ऊठ, युद्ध कर,'' कृष्णानं आज्ञा

केली. ''होय भगवान,'' अर्जुन मन:पूर्वक म्हणाला. दरम्यान, कौरवसेना पांडवसेनेच्या वरचढ ठरत होती. 'पांडवसेना आपल्याला घाबरली की काय?' सैनिक आपसात म्हणू लागले. एवढ्यात, अर्जुनाच्या बाणांच्या वर्षावानं सारं वातावरणच बदललं, पारडं फिरलं. पांडवांची सेना अर्जुनाला उत्साहानं उत्तेजित करू लागली.

भीष्म, कृष्ण, अर्जुन आणि इतरांनी शंखनाद करून युद्ध सुरू झाल्याचं सूचित केलं. पहिल्याच दिवशी प्रचंड संख्या असलेल्या कौरवसेनेनं मूठभर पांडवसेनेला परत फिरवलं. सूर्यास्त झाल्यावर नियमानुसार युद्ध त्या दिवसासाठी थांबवण्यात आलं. कृष्णानं युद्धविरामाची घोषणा देण्यासाठी शंख फुंकला. सगळे सैनिक आपापल्या छावणीत परतले. त्या रात्री पांडव चिंतातुर होते; कारण पहिल्याच दिवशी त्यांचे सैनिक मोठ्या संख्येनं मारले गेले होते. दुसऱ्या दिवशी स्वत: अर्जुनानं युद्धाची सूत्रं हाती घेतली. कौरवांना पांडवसेनेवर हल्ला करता येऊ नये आणि जास्त आगेकूचही करता येऊ नये, यासाठी अर्जुनानं आपल्या सैन्याची विशेष व्यूहरचना केली. परंतु, युद्धनिपुण भीष्मांवर

त्याचा परिणाम झाला नाही. त्यांना रोखून धरणं शक्य झालं नाही. भीष्मांनी पांडवसेनेतील विराटपुत्र उत्तर याच्यासह अनेक वीरयोद्ध्यांना यमसदनाला पाठवलं. असेच नऊ दिवस सरले. युद्ध संपण्याची काहीच चिन्हं दिसेनात. भीष्म आणि द्रोणाचार्यांनी पांडवसेनेतल्या अनेक वीरांचा वध केला. त्या दिवशी युद्धाची वेळ संपल्यानंतर, रात्री कृष्णानं अर्जुन आणि युधिष्ठिराला बोलावलं. ''हे पाहा, पितामह भीष्म असंच युद्ध करत राहिले, तर लवकरच नक्की आपला पराभव होईल,'' कृष्ण म्हणाला. ''स्त्री म्हणून जन्माला आलेल्या शिखंडी नावाच्या अर्धनर योद्ध्याचा वापर करून, त्याला पुढे घालून अर्जुनानं भीष्मांवर चालून जावं,'' असा सल्ला त्यानं अर्जुनाला दिला.

दुसऱ्या दिवशी भीष्म आपल्या नेहमीच्या स्थानी उभे होते. त्यांच्यासमोर अर्जुन शिखंडीची जणू ढाल करून उभा राहिला. शिखंडीला पाहताच भीष्मांनी आपलं धनुष्य खाली घेतलं. कारण, स्त्रीशी युद्ध न करण्याची त्यांनी शपथ घेतली होती; त्यामुळे 'काय करावं' हे त्यांना कळेना. त्या क्षणी त्यांच्या झालेल्या द्विधा मन:स्थितीचा अर्जुनानं फायदा घेतला आणि त्यांच्यावर बाणांचा वर्षाव केला. क्षणार्धात त्या बाणांनी भीष्मांचं शरीर वेधलं. तो महान वीर युद्धभूमीवर कोसळला. जणू बाणांच्या शय्येवर आडवा झाला.

त्याच क्षणी सूर्यास्त झाला. युद्धविरामाचा शंख वाजला. सगळे योद्धे भीष्मांभोवती जमले.

कौरव आणि पांडव आपल्या मनातला वैयक्तिक द्वेष, आकस विसरून तिथं एकत्र उभे होते. भीष्मांनी अर्जुनाला जवळ बोलावलं. ''अर्जुना, तू मला शरशय्या दिली आहेस; पण माझं मस्तक लोंबकळत आहे. तू मला मस्तकाखाली बाणांचा आधार दे,'' भीष्म म्हणाले. दु:खातिशयानं रडतरडत अर्जुनानं तीन बाण सोडून त्यांच्या मस्तकाला आधार दिला. ''माझ्या मातेची–गंगेची मला भेट घडव. मला तहान लागली आहे. अर्जुना, गंगेला माझ्यापाशी आण,'' भीष्मांनी अर्जुनाला विनंती केली. अर्जुनानं

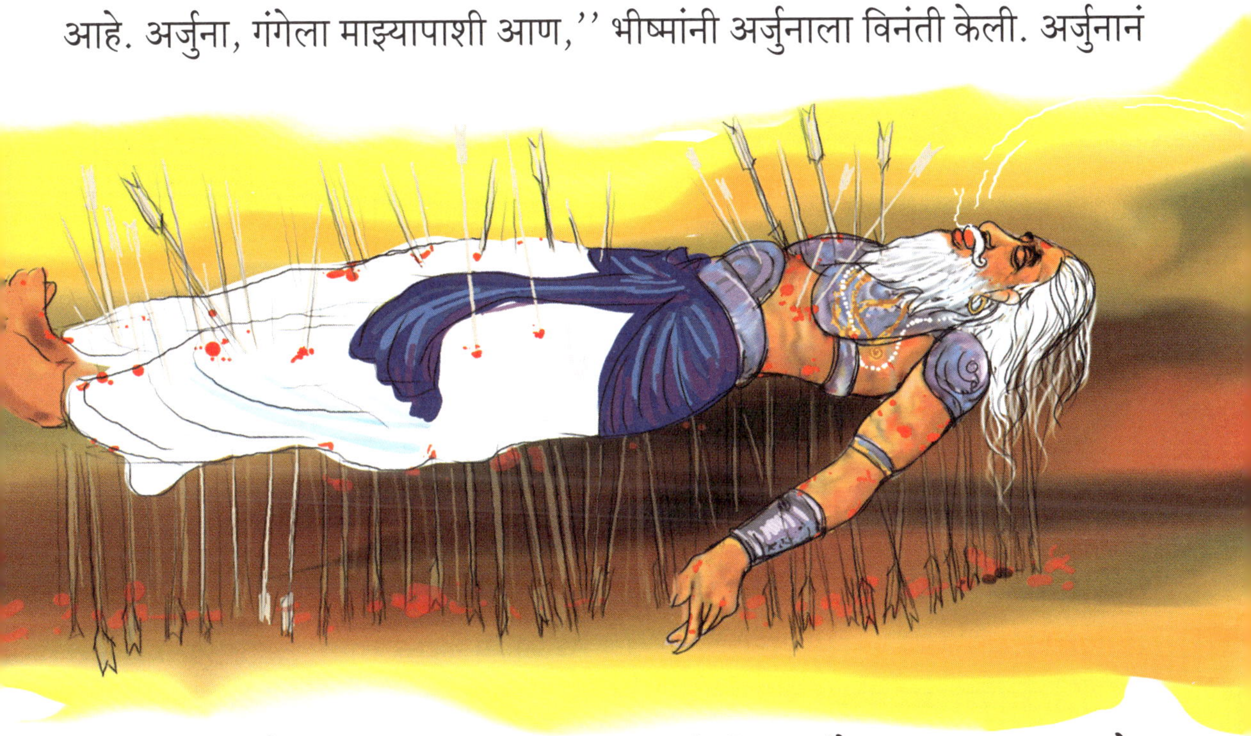

लगेचच भूमीमध्ये एक बाण मारला आणि तत्क्षणी तिथून गंगेचा प्रवाह उसळून बाहेर आला. गंगेचं पाणी भीष्मांच्या मुखात गेलं. त्यांची तहान भागली. अर्जुन गुडघे टेकून आपल्या पितामह भीष्मांजवळ बसला आणि विलाप करू लागला.

स्वत:च्या मृत्यूची वेळ ठरवण्याचं वरदान पितामहांना मिळालं होतं. त्या वेळी सूर्य दक्षिणायनात होता; त्यामुळे त्यांना त्या अवधीमध्ये आपला देह ठेवायचा नव्हता. आपल्याला या शरशय्येसह युद्धभूमीच्या एका बाजूला ठेवावं, अशी इच्छा त्यांनी व्यक्त केली. तिथेच राहून देहत्यागासाठी उत्तम वेळेची ते प्रतीक्षा करणार होते.

दुसरा दिवस उजाडला. युद्धाला प्रारंभ झाला. आता भीष्मांच्या माघारी गुरू द्रोणाचार्यांनी कौरवसेनेचं नेतृत्व हाती घेतलं. आदल्या दिवशी वीर अभिमन्यूनं अनेक कौरववीरांची हत्या केली होती, त्याचा बदला घेण्यासाठी द्रोणाचार्यांनी अभिमन्यूवरच हल्ला करायचं ठरवलं. आज त्यांना अभिमन्यूलाच रोखून धरायचं होतं; पण त्यांना त्यात यश येत नव्हतं. वीर अभिमन्यूचे बाण विजेपेक्षा जास्त वेगानं सुटत होते. युद्धाचा बारावा दिवस सरत आला, त्या वेळी अभिमन्यूमुळे अलंबूस आणि पौरव यांसारखे वीर धारातीर्थी पडले. त्या रात्री द्रोण आणि दुर्योधन दुसऱ्या दिवशीच्या सैन्यरचनेची योजना आखत होते. दुर्योधन म्हणाला, ''आचार्य, अभिमन्यू एकटाच आपल्या सर्वांना यमसदनी धाडू शकेल. आपल्याला त्याच्यापासून स्वतःला वाचवायला हवं.'' पांडवांचा पराभव करण्याची क्षमता द्रोणाचार्यांमध्ये होती; पण त्यांना अर्जुनाची भीती वाटत होती.

''अर्जुनाला जर कोणी दुसऱ्या एखाद्या फळीवर गुंतवून ठेवलं, तर मी पांडवांचा पराभव करू शकेन,'' द्रोण म्हणाले. ''हे तर छानच झालं. आपल्याकडे समसप्तक हे पाच असे वीर आहेत, ज्यांनी या युद्धात 'मारू किंवा मरू' अशी शपथच घेतली आहे. मी त्यांना अर्जुनावर हल्ला करायचा आदेश देतो. जोवर तुमची मोहीम फत्ते होत नाही तोवर अर्जुनाला सोडायचं नाही, असं त्यांना सांगतो. ठरल्याप्रमाणे, तेराव्या दिवशी समसप्तकांनी अर्जुनावर चढाई करून त्याला दुसरीकडे गुंतवून ठेवलं. दरम्यान, द्रोणांनी आपल्या सैन्याची 'चक्रव्यूह' रचना केली. युधिष्ठिरानं हे बघितलं. तो चिंतेत पडला; कारण फक्त कृष्ण, त्याचा मुलगा प्रद्युम्न आणि अर्जुनालाच चक्रव्यूह भेदण्याचं ज्ञान

होतं. दुर्दैवानं, त्या तिघांपैकी कोणीच त्या वेळी तिथे नव्हतं. युधिष्ठिर काळजीत पडलेला पाहून अभिमन्यू पुढे आला आणि म्हणाला, ''काकाश्री, मला अनुमती द्या. चक्रव्यूह कसा भेदायचा ते मला ठाऊक आहे.'' अभिमन्यू त्याच्या आईच्या पोटात गर्भावस्थेत असताना त्यानं ते ऐकलं होतं; पण अर्धं! त्यामुळे चक्रव्यूह भेदून आत जाण्याची त्याला माहिती होती; पण त्यातून बाहेर कसं यायचं, हे त्याला ठाऊक नव्हतं.

त्यामुळे त्याला अनुमती द्यावी की नाही या संभ्रमात युधिष्ठिर होता; पण आत्ता त्याच्याजवळ दुसरा पर्यायही नव्हता. ''काकाश्री, तुम्ही काळजी करू नका. मी आधी चक्रव्यूहात प्रवेश तर करतो, नंतर तुम्ही सर्व मागून या,'' वीर अभिमन्यूनं युधिष्ठिराला आधार दिला. युधिष्ठिरानं नाइलाजानं त्याला होकार दिला.

अभिमन्यू शत्रूसैन्यावर तुटून पडला. चक्रव्यूहाचा पहिला थर त्यानं यशस्वीपणे मोडून काढला; पण दुर्दैवानं युधिष्ठिर आणि अन्य सैनिक त्याच्या मागून जाऊ शकले नाहीत. राजा जयद्रथानं त्यांचा मार्ग अडवून धरला. 'युद्धात एका दिवसासाठी अर्जुन सोडून इतर सर्व पांडवांना तू माघारी पाठवू शकशील,' असा भगवान शंकरानं जयद्रथाला वर दिला होता; त्यामुळे अर्जुन नसताना, इतर पांडव जयद्रथाचा सामना करू शकले नाहीत. इकडे, अभिमन्यू चक्रव्यूह भेदतभेदत अगदी आतल्या थरापर्यंत पोहोचला. आता दुष्ट कौरवांच्या गराड्यामध्ये तो एकटाच होता; पण अर्जुनाचा पुत्र आणि कृष्णाचा भाचा असलेल्या त्या वीर अभिमन्यूला कशाचीच, कोणाचीच भीती वाटत नव्हती. एखाद्या उन्मत्त हत्तीप्रमाणे तो कौरवसेनेशी टक्कर देत होता. कौरवसेना घाबरून सैरावैरा धावू

लागली. दुर्योधनानं त्यांना थांबवण्याचा प्रयत्न केला; पण व्यर्थ! अभिमन्यू एकटाच द्रोण, कृपाचार्य, कर्ण, अश्वत्थामा, बृहद्बाल, कृतवर्मा यांच्यासारख्या दिग्गजांशी लढत होता. अखेर, दुष्ट दुर्योधनानं त्या सर्वांना एकाच वेळी अभिमन्यूवर तुटून पडायला सांगितलं. एका वेळी एकाने एकाशीच लढायचं, हा युद्धाचा नियम धुडकावून देत, दुर्योधनाच्या आज्ञेप्रमाणे सगळ्यांनी एकट्या पडलेल्या अभिमन्यूवर एकाच वेळी हल्ला चढवला.

कर्णानं अभिमन्यूचं धनुष्य तोडलं, मग अभिमन्यूनं ढाल-तलवार हाती घेतली; पण काही वेळातच द्रोण आणि कर्णानं त्याच्या ढालीचे तुकडे केले. आता अभिमन्यूनं आपल्या रथाचं चाक उपसून ते हवेत गरागरा फिरवलं. त्यानं खूप निकरानं सामना केला; पण चक्रव्यूहातून बाहेर कसं पडायचं हे त्याला ठाऊक नव्हतं. त्याची सर्व शस्त्रास्त्रं निकामी झाली होती. अर्जुनपुत्र चक्रव्यूहात अडकला होता! आणि हेच तर कौरवांना हवं होतं. या परिस्थितीचा पूर्ण फायदा घेत, कौरवसेनेचे सहा वीर एकाच वेळी एकट्या वीर अभिमन्यूवर तुटून पडले आणि त्यांनी त्याला ठारही केलं.

या बातमीमुळे पांडवांच्या छावणीत दुःखाचं सावट पसरलं. अर्जुन परतल्यावर त्याला या घटनेची आणि कौरवांच्या भ्याड, कपटी कृत्याची वार्ता समजल्यावर त्याचा संताप उफाळून आला. ''माणसं इतकी क्रूर कशी असू शकतात? ते सगळेजण एकट्या अभिमन्यूवर तुटून पडले? तेसुद्धा तो निःशस्त्र असताना? शरमेची गोष्ट आहे ही! अभिमन्यूच्या मृत्यूची किंमत कौरवांना मोजावीच लागेल,'' तो संतापून ओरडला. कृष्णानं अर्जुनाला शांत केलं. ''अर्जुना, शोक करू नकोस. आपल्या अभिमन्यूला वीरमरण आलं आहे. इतिहासात त्याचं नाव अजरामर होईल.'' कृष्ण म्हणाला;

पण अर्जुनाचं मन शांत झालं नाही. त्या क्षणी त्यानं घोर प्रतिज्ञा केली– ''उद्या सूर्यास्तापूर्वी मी जयद्रथाचा वध करेन, नाहीतर मी स्वत: अग्निप्रवेश करेन.''

दुसरा दिवस उजाडला. आता जयद्रथ भयभीत झाला होता. स्वत:च्या रक्षणासाठी त्यानं दुर्योधनाला विनंती केली. ''दुर्योधना, पांडवांचा पराभव करण्याची शक्ती फक्त एकाच दिवसासाठी मला मिळाली होती; ती मी काल वापरली. आता आज ते पांडव नक्कीच मला शोधून काढतील आणि ठार मारतील.'' तो म्हणाला. ''जयद्रथा, आम्ही सर्वजण तुझे रक्षण करू. चिंता करू नको,'' असं म्हणून दुर्योधनानं त्याची समजूत घातली. साऱ्या कौरवसेनेनं राजा जयद्रथाच्या रथाभोवती संरक्षक कडं करून उभं राहावं, असा आदेश दुर्योधनानं दिला; त्यामुळे अर्जुनाला तो दिसला नाही आणि त्याच्यावर हल्ला करण्याचा त्याचा प्रयत्न फसला.

आता दुपार झाली. अर्जुन जर सूर्यास्तापर्यंत जयद्रथाच्या वधाची प्रतिज्ञा पूर्ण करू शकला नाही तर स्वत: अग्निप्रवेश करेल, याची भीती पांडवांना होती. दुपारही टळली. सूर्य अस्ताला जायची वेळ आली. आकाशात चांदण्या दिसायला लागल्या. ''जिंकलो! आपण जिंकलो! अर्जुनाच्या प्रतिज्ञेप्रमाणे आता त्यालाच अग्निप्रवेश करावा लागणार! आजचं युद्ध संपलं!'' कौरवांनी अत्यानंदानं घोषणा केली.

जयद्रथानं सुटकेचा नि:श्वास सोडला आणि तो आनंदानं नाचू लागला. एवढ्यात, एकाएकी सगळीकडे सूर्यप्रकाश पसरला. सूर्याला ग्रहण लागल्यानं खरंतर अंधार झाला होता. खरा दिवस अजून मावळायचा होता. ग्रहण सुटलं आणि सूर्यदर्शन झालं. त्या प्रकाशात अर्जुनानं जयद्रथाला पाहिलं. ''अर्जुना, सोड बाण,'' कृष्ण ओरडला. अर्जुनाचा बाण सूं-सूं करत सुटला आणि त्यानं जयद्रथाचं मुंडकं उडवलं. राग आणि सुडाच्या भावनेनं कौरवांनी सूर्यास्तानंतरही युद्ध थांबवलं नाही. अंधारातही ते हल्ला करत राहिले. आता कृष्णाच्याही डोक्यात एक योजना आली. त्यानं भीमाला जवळ बोलावलं आणि म्हणाला– ''भीमा, आता तुझ्या बलाढ्य आणि अफाट दैवी शक्ती असलेल्या पुत्राला– घटोत्कचाला बोलावून घ्यायची वेळ आली आहे. त्याच्या

दैवी शक्तीनं तो कितीही विशाल शरीर धारण करू शकतो आणि अत्यंत सूक्ष्मरूपही घेऊ शकतो, अदृश्यही होऊ शकतो. त्याला बोलाव.'' भीमानं डोळे मिटले आणि घटोत्कचाचं स्मरण केलं. तत्क्षणी, त्याचा आज्ञाधारक पुत्र दिलेल्या वचनाप्रमाणे त्याच्यासमोर हजर झाला. ''पुत्र घटोत्कच, तुझी दैवी शक्ती कौरवांना दाखवून दे.'' भीम म्हणाला. घटोत्कचानं त्याच्या तोंडून आगीचे लोळ बाहेर टाकायला सुरुवात केली. वाळूचं वादळ निर्माण केलं. मोठमोठ्या दगडांचा वर्षाव सुरू केला.

त्याच्या या शक्तीसमोर कौरवांच्या कुठल्याच शस्त्रास्त्रांचा टिकाव लागला नाही. त्यांच्या छावणीत एकच कोलाहल माजला. 'हे असंच सुरू राहिलं तर आपल्यापैकी एकजणही जिवंत राहणार नाही.' या विचारानं दुर्योधन चिंताक्रांत झाला. इंद्रानं दिलेल्या वासवी शक्तीनं कर्णानं घटोत्कचाचा वध करावा, अशी त्यानं कर्णाला विनंती केली. खरंतर कर्णानं एकदाच वापरता येणारं हे शस्त्र अर्जुनाला मारण्यासाठी राखून ठेवलं होतं; पण कौरवांना वाचवण्यासाठी त्याला ते घटोत्कचाला मारण्यासाठी वापरावं लागलं. अशा तऱ्हेनं भीमपुत्र घटोत्कचाचा वध झाला; पण अर्जुनाचे प्राण वाचले. हे पांडवांसाठी जास्त महत्त्वाचं होतं. अर्जुनाच्या प्राणांचं मोल त्यांच्यासाठी जास्त होतं.

दुसऱ्या दिवशी पुन्हा युद्धाला सुरुवात झाली. एखाद्या अजिंक्य योद्ध्याप्रमाणे द्रोणाचार्य युद्धभूमीवर आले. त्यांच्या मार्गात आलेल्या सगळ्यांचा त्यांनी धुव्वा उडवला. ते पाहून कृष्णानं युधिष्ठिराला बाजूला घेतलं– ''युधिष्ठिरा, द्रोणाचार्य असंच करत राहिले, तर लवकरच ते आपल्या सर्वांना ठार मारतील. त्यांनी त्यांचं धनुष्य-बाण खाली ठेवावं, यासाठी माझ्या मनात एक योजना आहे. आपल्या सैन्यात अश्वत्थामा नावाचा हत्ती आहे. द्रोणाचार्यांच्या मुलाचंही नाव 'अश्वत्थामा'च आहे.

आपण त्या हत्तीला मारू या आणि 'अश्वत्थामा मेला' अशी वार्ता पसरवू या. मला खात्री आहे, ही वार्ता ऐकली की, द्रोणाचार्य नक्की शस्त्रं खाली ठेवतील, युद्ध करायचं सोडून देतील.'' ''नाही कृष्णा! मी असत्य बोलू शकणार नाही. हे योग्य नाही,'' युधिष्ठिर म्हणाला.

''अस्सं? मग सहा वीर योद्ध्यांनी एकत्र येऊन एका नि:शस्त्र अभिमन्यूला ठार मारणं हे योग्य होतं? ते जर आपल्याशी असा दगाफटका करू शकतात, तर आपण का करू नये? शिवाय, तू असत्यही बोलत नाहीस–फक्त अर्धसत्य सांगतो आहेस,'' कृष्ण परखडपणे म्हणाला. अखेर युधिष्ठिरानं ते मान्य केलं.

पांडवांनी अश्वत्थामा नावाच्या हत्तीला मारलं. ''अश्वत्थामा मेला!'' युधिष्ठिरानं मोठ्यांदा आरोळी दिली. ''अश्वत्थामा मेला–नरो वा कुंजरो वा–हत्ती किंवा माणूस कोण जाणे!'' युधिष्ठिरानं अर्धसत्य सांगितलं.

ही घोषणा ऐकून द्रोणाचार्यांना धक्का बसला. युधिष्ठिर कधीच खोटं बोलणार नाही, हे त्यांना ठाऊक होतं. ''युधिष्ठिरा, तू काय म्हणालास?'' त्यांनी विचारलं.

''अश्वत्थामा मेला'' असं मोठ्यांदा म्हणून ''नरो वा कुंजरो वा'' हे पुढचं अर्ध वाक्य युधिष्ठिरानं अगदी हळू, हलक्या आवाजात उच्चारलं. शिवाय, शस्त्रास्त्रांचा खणखणाट, हत्तींचे चीत्कार, घोड्यांचं खिंकाळणं अशा कोलाहलाची भर होतीच. त्यात द्रोणांना युधिष्ठिराचं इतक्या हलक्या आवाजातलं बोलणं ऐकू जाणं शक्यच नव्हतं. त्यांना फक्त 'अश्वत्थामा मेला' एवढंच ऐकू आलं. द्रोणाचार्यांचं हृदय विदीर्ण झालं. ''माझ्या लाडक्या अश्वत्थामा, आता तू या जगात नाहीस यावर मी कसा विश्वास ठेवू?'' अत्यंत दु:खी अंत:करणानं ते रथातून खाली उतरले. आता त्यांना जगण्याची इच्छाच राहिली नाही.

हे पाहून धृष्टद्युम्नानं द्रोणाचार्यांच्या दिशेनं बाण सोडला आणि त्यांना मारलं. असं म्हणतात की, त्यांचा देह बाणानं विदीर्ण होण्याआधीच त्यांचा आत्मा त्यांच्या शरीरातून मुक्त झाला होता.

द्रोणांच्या मृत्यूनंतर कर्णाची कौरवांचा 'नवा सेनापती' म्हणून नियुक्ती झाली. हा सूर्यपुत्र त्याचा दिव्य रथ घेऊन पुढे आला. आपला प्रतिस्पर्धी धनुर्धर पाहून अर्जुनानं कृष्णाला आपला रथ पुढे घ्यायला सांगितलं. ''अर्जुना, सावध हो,'' कर्ण ओरडला. दोघंही तुल्यबळ धनुर्धर समोरासमोर आले. दोघांनी एकमेकांना मारण्याची शपथ घेतली होती. कर्णानं अर्जुनावर एकापाठोपाठ एक बाण सोडायला सुरुवात केली. त्याच्या प्रत्येक बाणाला अर्जुनाकडेही तितकंच सडेतोड उत्तर होतं. प्रत्युत्तरादाखल तोही तेवढेच बाण सोडत होता.

अचानक कर्णानं अर्जुनावर नागास्त्र टाकलं. हा बाण पेटलेल्या अवस्थेत सर्पाकृती होऊन अर्जुनाच्या दिशेनं वेगानं आला. त्यानं अर्जुनाच्या जिवाला धोका होता; पण कृष्णानं तेवढ्यात आपला रथ चिखलातून नेला आणि अर्जुनाला तो बाण चुकवता आला. लगेचच, त्याच्या मागोमाग जाणाऱ्या कर्णाचा रथही चिखलात रुतला. त्यानं रथातून बाहेर उडी मारली आणि रुतलेलं चाक बाहेर काढायचा प्रयत्न करायला लागला. नेमकी हीच संधी साधून अर्जुनानं कर्णावर नेम धरला. ''थांब अर्जुना! तू असं करू शकत नाहीस. हे युद्धनीतीला धरून नाही. असाहाय्य, निःशस्त्र योद्ध्यावर हल्ला चढवणं युद्धाच्या नियमाविरुद्ध आहे,'' कर्ण ओरडला. ''कर्णा! तुझ्या तोंडी हे शब्द शोभत नाहीत. माझा अभिमन्यू तुमच्या चक्रव्यूहात एकटा सापडला होता, तेव्हा कुठे गेली होती ही युद्धनीती? हे नियम? त्या वेळी जखमी आणि असाहाय्य योद्ध्याला ठार मारताना नाही आठवली तुला नीती?'' अर्जुनानं त्वेषानं विचारलं.

आपण अडचणीत सापडलो आहोत, हे कर्णाच्या लक्षात आलं. आता त्यानं आपलं सर्वांत शक्तिशाली ब्रह्मास्त्र बाहेर काढलं. ते फक्त मंत्रानंच सोडता येणार होतं. कर्णानं मंत्र म्हणायला सुरुवात केली खरी; पण त्याला शब्दच आठवेनात. 'सर्वांत कठीण

प्रसंगाच्या, संकटाच्या वेळी नेमकं तुला या मंत्राचं विस्मरण होईल,' हा परशुरामानं कर्णाला पूर्वीच दिलेला शाप आज खरा ठरला होता. अर्जुनानं या संधीचा फायदा घेऊन कर्णावर बाण सोडला आणि कर्ण कोसळला.

ही वार्ता ऐकून दुर्योधन दु:खी, हताश झाला. ''आता हे युद्ध जिंकण्याच्या माझ्या सगळ्या आशा मावळल्या! एकटा कर्णच अर्जुनाला पराभूत करू शकत होता. कर्णा... माझ्या प्रिय मित्रा... तुझ्याशिवाय मी कसा जगू?'' दुर्योधन विलाप करू लागला. दुर्योधनाची ही अवस्था बघून कौरवांचे सैनिक युद्धभूमी सोडून पळू लागले. ''आपल्या राजानंच विजयाची आशा सोडली आहे, मग आपण तरी आपला जीव धोक्यात कशाला घालायचा? शत्रूनं आपल्याला पकडण्याआधीच इथून पळून जावं हेच योग्य-''असा विचार करून कौरवसेना इतस्तत: विखुरली.

''अरे भ्याडांनो, पळता काय? माघारी फिरा-''दुर्योधन ओरडला; पण त्याचा कोणावरच परिणाम झाला नाही. एकामागोमाग एक कौरव सैनिक मारले गेले. आता आपण जवळजवळ जिंकलोच आहोत, हे पांडवांच्या लक्षात आलं. तरीही भीमाचं समाधान झालं नव्हतं. त्यानं दु:शासन आणि दुर्योधनाला ठार मारण्याची प्रतिज्ञा केली होती. द्रौपदीच्या अपमानाचा बदला घेण्यासाठी केलेली ती प्रतिज्ञा पूर्ण केल्याशिवाय, तो स्वत:ला विजयी कसा समजणार होता?

त्यामुळे, अचानक त्वेषानं भीमानं दु:शासनावर गदेचा प्रहार करून त्याला खाली पाडलं. तो उठून उलट प्रहार करणार, तोच भीमानं त्याच्या छातीवर प्रहार करून छाती

फोडली. त्याच्या छातीतून रक्ताचा पाट वाहू लागला. ''द्रौपदीच्या वस्त्राला स्पर्श केल्याची ही शिक्षा!'' भीम म्हणाला, ''तुझ्या रक्तानं द्रौपदीला न्हाऊ घालणार आहे,'' असं म्हणून त्यानं दु:शासनाचं रक्त एका पात्रात घेतलं.

दु:शासनाला मारल्यावर तो दुर्योधनाकडे वळला. दोघांमध्ये भयंकर मुष्टियुद्ध झालं. दोघंही मुष्टियुद्धात तरबेज होते. एकमेकांवर तुटून पडत होते.

अखेरीस, भीमच दुर्योधनापेक्षा वरचढ ठरला. त्यानं दुष्ट दुर्योधनाची मांडी फोडली– ''द्रौपदीचा अपमान केल्याची ही शिक्षा–''अशी आरोळी ठोकून त्यानं दुर्योधनाचा अंत केला. अत्यंत वाईट अवस्थेत यातना सोसत दुर्योधनाला मरण आलं. अशा तऱ्हेनं अठरा दिवस चाललेलं हे महायुद्ध संपलं. पांडवांचा विजय झाला. हा सत्यानं असत्यावर, चांगल्यानं वाइटावर, न्यायानं अन्यायावर मिळवलेला विजय होता!

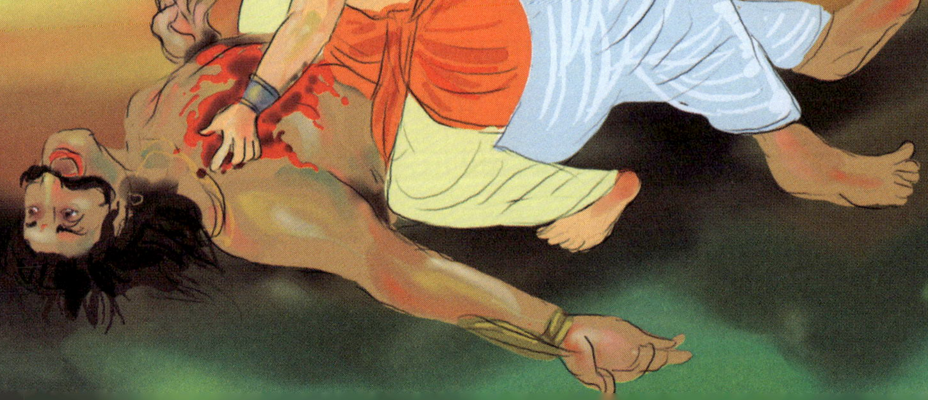

# विजयी पांडवांचे हस्तिनापूरला पुनरागमन

पांडव कृष्णासह हस्तिनापूरला परतले, तेव्हा त्यांचं मोठ्या उत्साहानं स्वागत झालं. सगळीकडे कृष्ण, पांडव आणि विजयी वीरांच्या जयजयकाराच्या घोषणा दुमदुमत होत्या. सत्याच्या असत्यावर झालेल्या विजयाचा आनंद सगळ्या नागरिकांनी साजरा केला; पण या सगळ्यांत एक माणूस सहभागी झाला नव्हता आणि तो होता, महाराज धृतराष्ट्र. आपल्या लाडक्या दुर्योधनाचा वध करणाऱ्या बलवीर भीमाबद्दल त्याच्या मनात संताप भरला होता.

विजयी पांडव राजवाड्यात आले. त्यांना धृतराष्ट्राला भेटून त्याचे आशीर्वाद घ्यायचे होते. धृतराष्ट्राच्या मनात धगधगणाऱ्या संतापाची त्यांना काहीच कल्पना नव्हती; पण

कृष्णाला मात्र हे माहीत होतं; त्यामुळे पांडव धृतराष्ट्राच्या महालात जाऊन, त्याला भेटण्याआधी कृष्णानं अंध धृतराष्ट्राच्या पुढ्यात भीमाचा पुतळा उभा केला. धृतराष्ट्र भीमाला जवळ घेण्याचं नाटक करून त्याला गुदमरवून मारणार होता. त्याचा हा मनसुबा कृष्णाच्या लक्षात आल्यानं, त्यानं भीमाऐवजी त्याच्या पुतळ्याशी धृतराष्ट्राची भेट घडवली. हा भीम नसून त्याचा पुतळा आहे, हे धृतराष्ट्राला माहीत नसल्यानं त्यानं त्या पुतळ्याला कडकडून जीवघेणी मिठी मारली– ''माझ्या प्रिय दुर्योधनाला मारल्याचं हे बक्षीस!'' असं ओरडून त्यानं मिठी मारली आणि त्याच्या दाबामुळे तो पुतळा मोडून पडला. त्याचे तुकडे-तुकडे झाले.

एवढ्यात, पांडव तिथे आले. भीमाचा तुकडे-तुकडे झालेला पुतळा पाहून सगळा प्रकार त्यांच्या लक्षात आला. कृष्ण पांडवांकडे बघून हसला आणि 'काही बोलू नका' अशी खूण केली. मग त्यानं धृतराष्ट्राला 'सत्य काय' ते नीट समजावून सांगितलं. तो म्हणाला, ''भीमानं त्याचं कर्तव्य केलं. राजा, पांडव त्यांच्या न्याय्य हक्कांसाठी लढले. त्यांच्या बाजूने विचार करून बघ. म्हणजे तुझा लाडका दुर्योधन किती दुष्टपणे, नव्हे क्रूरपणे वागला ते तुला कळेल.''

एकेक पांडव पुढे आले आणि त्यांनी धृतराष्ट्राचे पाय धरून त्याची क्षमा मागितली. ''मला कधीच युद्ध करायचं नव्हतं; पण अन्यायाचा प्रतिकार करण्यासाठी मला ते करावं लागलं,'' युधिष्ठिर म्हणाला. दुर्योधनाला स्वत:च्याच दुष्कृत्यांचं फळ मिळालं, हे लक्षात येऊन धृतराष्ट्र म्हणाला, ''युधिष्ठिरा, तुझ्या जागी दुसरा कोणीही असता तरी त्यानंही हेच केलं असतं. मी त्याच्या चुकांकडे दुर्लक्ष केलं, ही माझीच चूक आहे.'' आपल्या कृत्याचा त्याला पश्चात्ताप झाला होता. गांधारीनंही आपल्या शंभर पुत्रांच्या मृत्यूबद्दल विलाप केला; पण काही वेळानं शांत होऊन, मनाला आवर घालून तिनं पांडवांना क्षमा केली. इतक्या 'वीर आणि कर्तव्यदक्ष, न्यायी पुत्रांची माता' असल्याबद्दल तिनं कुंतीचं अभिनंदन केलं. हे सगळं बोलताना तिचा कंठ दाटून आला होता.

आपले पाच पुत्र सुखरूप परतल्याबद्दल कुंतीला

एकीकडे आनंद झाला; पण दुसरीकडे आपला ज्येष्ठ पुत्र कर्ण गमवावा लागला, याबद्दल दु:खही झालं.

थोड्याच दिवसांत सगळ्या गोष्टी स्थिरस्थावर झाल्या. राज्यकारभार सुरळीत सुरू झाला. राजपुरोहितांनी युवराज युधिष्ठिराला राज्याभिषेक करण्याबद्दल सुचवलं. एका साध्या समारंभात युधिष्ठिराला राजसिंहासनावर बसवण्यात आलं. त्याचे सगळे भाऊ दैनंदिन राज्यकारभारात त्याला मदत करायला लागले.

अशीच काही वर्षं गेल्यावर धृतराष्ट्र, गांधारी आणि कुंती यांनी सर्व कामकाजातून निवृत्ती घेतली. वानप्रस्थाश्रम स्वीकारून उर्वरित आयुष्य वनात घालवण्यासाठी त्यांनी राज्यत्याग केला. वनामध्ये एका कुटीमध्ये ध्यानधारणा आणि भगवंताचं नामस्मरण करण्यात ते दिवस व्यतीत करू लागले. दुर्दैवानं, एके दिवशी वनात वणवा पेटला आणि त्या वणव्यात सापडून त्या तिघांचा मृत्यू झाला. युधिष्ठिरानं अनेक वर्षं न्यायानं राज्य केलं. धर्म आणि न्यायाचा आदर्श निर्माण केला. हस्तिनापुरात पुन्हा एकदा सत्य, शांती, अहिंसा यांचं साम्राज्य आलं. त्याच्या काळात हस्तिनापुराची भरभराट झाली.

# पांडवांचे स्वर्गाच्या दिशेने प्रस्थान

बऱ्याच काळानंतर आपल्या प्रिय कृष्णानं मर्त्य शरीर सोडून, पुन्हा स्वर्गस्थ झाल्याचं पांडवांच्या कानांवर आलं. अर्जुनाच्या दुःखाला पारावार उरला नाही. ''तो माझा सर्वोत्तम सखा, विश्वासू सहकारी आणि गुरू होता. कृष्णा, तू हे जग सोडून गेलास! आता मी कसा आणि का जगू?'' तो दुःखातिरेकानं म्हणाला.

द्रौपदीलाही आपल्या प्रिय भावाच्या वियोगाचं दुःख असह्य होत होतं. तिलाही हे जग सोडून जावंसं वाटत होतं. युधिष्ठिराचे अगदी असेच मत होते. ''मी माझ्या राज्याच्या आणि कुटुंबाच्या सर्व जबाबदाऱ्या पार पाडल्या आहेत. आता मलाही या जगापासून मुक्ती हवी आहे.'' तो म्हणाला. 'मग मी तरी जगून काय करू?' असा विचार भीमाच्याही मनात आला. नकुल आणि सहदेवाचंही तेच मत होते; त्यामुळे सगळ्यांनीच स्वर्गाच्या दिशेनं जायचं ठरवलं.

चांगला मुहूर्त पाहून, एके दिवशी युधिष्ठिराने अभिमन्यूचा मुलगा परीक्षित याच्याकडे राजमुकुट सुपूर्द केला. परीक्षित आता राज्यकारभार सांभाळण्याइतका विचारी, परिपक्व झाला होता. पाचही पांडव आणि द्रौपदीनं आपल्या ऐश्वर्यसंपन्न राजजीवनाचा त्याग

केला आणि हिमालयाच्या दिशेने जाऊन, स्वर्गाकडे प्रस्थान ठेवलं.

वाटेमध्ये, ते एका वनातून जात असताना एक कुत्रा त्यांच्याबरोबर मूकपणे जात होता. काही अंतर गेल्यावर अचानक द्रौपदी खाली पडली आणि मरण पावली. पांडवांना खूप दु:ख झालं; पण ते तसेच पुढे निघाले.

असेच ते आणखी पुढे गेले, तो सहदेवाचा मृत्यू झाला. युधिष्ठिराला धक्का बसला; पण त्यानं स्वत:ला सावरलं, भावनांना आवर घातला. ''बंधूंनो, यात अडकू नका. पुढे चला!'' तो म्हणाला. भीम, अर्जुन आणि नकुल युधिष्ठिराच्या मागोमाग चालू लागले आणि त्यांच्या मागे कुत्रा! एखाद्या एकनिष्ठ शिष्याप्रमाणे तो कुत्रा शांतपणे युधिष्ठिराच्या मागे जात राहिला.

सगळेजण काही अंतर गेले असतील, तोच नकुल मृत होऊन पडला. अर्जुन क्षणभर सुन्न झाला; पण लगेच त्यानं स्वत:ला सावरलं. हे जग आणि ऐहिक इच्छा, दु:ख, वेदना आणि पीडा यांतूनही त्यांनी निवृत्ती स्वीकारली होती. आता भीम, अर्जुन आणि युधिष्ठिर आणि त्यांचा एकनिष्ठ अनुचर कुत्रा पुढे निघाले. थोड्याच अंतरावर अर्जुनाचाही देह पडला.

भीम आणि युधिष्ठिराने मागे वळून आपल्या अत्यंत प्रिय बंधूचा निष्प्राण देह पाहिला. त्यांनी दीर्घ श्वास घेऊन आपलं दु:ख गिळलं आणि ते पुढे निघाले. एक-दोन मैल गेले असतील-नसतील, तोच भीमाचा देह पडला. युधिष्ठिर क्षणभर थबकला. त्यानं आपल्या सर्व मृत भावांसाठी आणि द्रौपदीसाठी प्रार्थना केली आणि पुन्हा तो पुढच्या प्रवासाला निघाला. तो कुत्रा बरोबर होता म्हणून बरं, नाहीतर युधिष्ठिर अगदी एकटा पडला असता. 'हा माझा एकनिष्ठ सहचर आहे,' कुत्र्याकडे बघत त्याच्या मनात आलं. युधिष्ठिर आणि त्याचा हा सखा, सहचर, एकमेकांच्या साथीनं लहान-मोठे रस्ते, घनदाट

अरण्यं, खळखळणारे झरे ओलांडत मोठमोठ्या अडचणींना एकत्रितपणे तोंड देत पुढे जात होते. अखेर, ते हिमालय पर्वतावर पोहोचले.

अचानक, आकाशातून एक रथ उतरताना त्याला दिसला. रथात देवांचा अधिपती इंद्र होता. इंद्रानं युधिष्ठिराजवळ रथ थांबवला. ''देवेंद्र, मला आपलं दर्शन झालं, हे माझं परम भाग्य!'' असं म्हणून युधिष्ठिरानं इंद्राला वंदन केलं.

''युधिष्ठिरा, मी तुझ्यावर प्रसन्न झालो आहे. तू इतक्या दूरवरून प्रवास करत आला आहेस. थकला असशील. मी तुला स्वर्गात घेऊन जाण्यासाठी आलो आहे. माझ्या रथात बस.'' इंद्र म्हणाला.

युधिष्ठिर रथात बसला आणि शेवटपर्यंत आपली साथ देणाऱ्या कुत्र्यालाही रथात घेण्यासाठी मागे वळला.

''हा कोण?'' इंद्रानं विचारलं.

''हा माझा साथीदार आहे,'' युधिष्ठिरानं उत्तर दिलं.

''या पुढच्या प्रवासात तू या श्वानाला बरोबर घेऊ शकणार नाहीस.'' इंद्र म्हणाला.

''पण देवा, आता मी याला सोडू शकत नाही. त्यानं एखाद्या एकनिष्ठ भक्तासारखी माझी साथ दिली आहे. मी त्याला एकटं कसं सोडू? माझे भाऊ आणि माझी पत्नीसुद्धा अर्ध्या वाटेवर मला सोडून गेले; पण हा श्वानराज सतत सावलीसारखा माझ्याबरोबर राहिला. निबिड अरण्यं, उंच पर्वत, डोंगर-दऱ्या सगळीकडे तो माझ्यासमवेत होता. त्यानं कधीच मला एकटं सोडलं नाही. असं असताना त्याला न घेता तुमच्याबरोबर रथात बसून एकट्यानं मी यावं हा स्वार्थीपणा ठरणार नाही का? त्याला आता असं एकटं सोडून देणं योग्य आहे का? त्यालाही बरोबर घ्यायची अनुमती द्यावी.'' युधिष्ठिर नम्रपणे म्हणाला; पण इंद्रानं त्याला नकार दिला. ''स्वर्गात तुला एकट्यालाच येता येईल. तुझ्या सद्भाग्यात याला मी कसा वाटेकरी होऊ देऊ?'' इंद्र म्हणाला.

''देवेंद्रा, असं असेल तर मला ते सद्भाग्य नको. जे इतरांना दु:ख आणि वेदना देईल, ते सद्भाग्य काय कामाचं? मला क्षमा करा. मी तुमची आज्ञा पाळू शकत नाही. जर माझा हा साथीदार तुमच्या रथातून माझ्याबरोबर येऊ शकत नसेल तर मलाही तुमच्याबरोबर येता येणार नाही. त्याच्याशिवाय मला स्वर्गही नको. माझ्या या नकाराबद्दल तुम्ही मला हवी ती शिक्षा देऊ शकता; पण याला मी सोडू शकत नाही देवेंद्रा...'' युधिष्ठिर मनापासून म्हणाला. असं म्हणतच तो इंद्राच्या रथातून खाली उतरला, तत्क्षणी, त्या कुत्र्याचं रूपांतर युधिष्ठिराचे धर्मपिता-धर्मदेव यांच्यात झालं. धर्मदेव म्हणजे, सत्य आणि न्यायाची देवता. धर्मदेवांना पाहून युधिष्ठिर चकित झाला. त्यानं गुडघे टेकून, त्यांच्यासमोर बसून, त्यांना चरणस्पर्श करून वंदन केलं. धर्मदेवांनी त्याला आशीर्वाद दिला– ''युधिष्ठिरा, मी तुझी परीक्षा घेत होतो. तुझं चातुर्य आणि न्यायबुद्धी पाहून मी प्रसन्न झालो आहे. तुझ्यासारख्या नम्र आणि दयाळू माणसासाठी स्वर्गात राखीव आसन आहे. तुझ्या या गुणांनी तूच ते मिळवलं आहेस.'' युधिष्ठिराचा नि:स्वार्थीपणा पाहून इंद्राला आश्चर्य वाटलं. ''युधिष्ठिरा, अत्यंत कुकर्मी माणसालाही माझ्या शेजारचं आसन मिळावं असं वाटत असतं आणि तू इतक्या सहजपणे माझ्या स्वर्गातलं आसन सोडून द्यायला तयार झालास! तुझ्या या अजोड त्यागाची सदैव प्रशंसा होईल!'' तो म्हणाला.

नंतर, इंद्रानं हसून युधिष्ठिराकडे बघितलं आणि त्याला रथात बसायला सांगितलं. धर्म आणि युधिष्ठिर– दोघंही इंद्राच्या रथात बसले. इंद्र दोघांनाही स्वर्गात घेऊन गेला. ते तिघं स्वर्गाच्या प्रवेशद्वारापाशी पोहोचताच, अचानक धर्म आणि इंद्र अदृश्य झाले. अंतर्धान पावले. युधिष्ठिर दारात उभा होता. त्यानं आत डोकावून पाहिलं.

तिथे त्याला दुर्योधन एका राज-आसनावर बसलेला दिसला; पण भोवती सगळीकडे

अंधार होता. कुठे जावं हे युधिष्ठिराला कळेना. तो गोंधळून गेला.

एवढ्यात, त्याला स्वर्गीय स्वर ऐकू आला– ''युधिष्ठिरा, तुझं स्वागत असो. ये... या बाजूने ये...''

''माझे बंधू आणि द्रौपदी कुठे आहेत?'' युधिष्ठिरानं विचारलं. ''ते नरकात आहेत,'' त्या स्वर्गीय स्वरानं उत्तर दिलं. ''मग मलाही नरकातच जायचं आहे. जिथे माझे भाऊ आणि पत्नी आहेत, तिथेच मलाही न्या– ''युधिष्ठिर म्हणाला.

तेव्हाच धर्म आणि इंद्र युधिष्ठिरासमोर पुन्हा अवतीर्ण झाले. ''युधिष्ठिरा, ही तुझी अखेरची परीक्षा होती आणि त्यातही तू यशस्वी ठरला आहेस. आता तुला स्वर्गात नेलं जाईल,'' ते म्हणाले. ''पण देवा, मला माझ्या भावांबरोबर, पत्नीबरोबर नरकात राहायचं आहे,'' युधिष्ठिर म्हणाला. त्यावर इंद्र हसला. म्हणाला, ''हाच नरक आहे. इथे तुला एका दिवसासाठी आणलं आहे. कारण, तू असत्य सांगितलंस. तुझे भाऊ आणि द्रौपदी स्वर्गातच आहेत.'' नंतर, इंद्र युधिष्ठिराला स्वर्गात घेऊन गेला. पाचही न्यायी पांडव आणि त्यांची पतिव्रता पत्नी स्वर्गात आनंदानं राहू लागले.

इथे महाभारताची ही कथा समाप्त होते;
पण त्यातून मिळणारी शिकवण 'चिरंतन' आहे. ती चिरकाल मार्गदर्शन करत अजूनही जिवंत आहे...